VIETNAMESE AS A SECOND LANGUAGE

VSL

VSL Exclusive License Agreement

3

호찌민시 국립대학교 VSL3
(VIETNAMESE AS A SECOND LANGUAGE)

초판 1쇄 발행 2024년 8월 21일

지은이 Nguyễn Văn Huệ, Trần Thị Minh Giới, Nguyễn thị Ngọc Hân, Thạch Ngọc Minh
번역 손연주
펴낸곳 (주)에스제이더블유인터내셔널
펴낸이 양홍걸 이시원

홈페이지 vietnam.siwonschool.com
주소 서울시 영등포구 영신로 166 시원스쿨
교재 구입 문의 02)2014-8151
고객센터 02)6409-0878

ISBN 979-11-6150-876-4
Number 1-420501-25259900-02

머리말

외국인을 위한 베트남어 VSL 1~5 시리즈는 다수의 베트남어 강의 경험을 가진 대학 교수진에 의해 제작된 도서입니다.

그중 VSL 3은 총 10개의 과로 구성되어 있으며, 건강, 돈, 의복, 집, 휴가 등과 같은 일상적인 주제와 약 500개의 새 단어와 중급 난이도의 문법을 소개하고 있습니다. 본 교재는 베트남 교육부에서 지정한 베트남어 능력 시험 B1 등급 학습자 수준에 맞도록 제작되었습니다. 네 과씩 학습한 이후 5과와 10과에서는 복습 파트로 구성되어 있어 앞에서 배운 내용을 중간에 복습하고 자신의 것으로 만드는데 도움을 줍니다. 각 과의 마지막에서는 '한 눈에 보는 베트남 문화' 파트를 통해 독해뿐만 아니라 베트남 문화에 대해서도 알 수 있습니다.

제작 과정 중, 베트남어 학습과 지도를 위해 열정을 아끼지 않은 교수진과 많은 학습자분들의 도움을 받았습니다. 완벽한 도서는 없듯이, 보완을 통해 더 나은 교재로 나아가기 위하여 독자 여러분의 소중한 의견을 기다리고 있습니다.

VSL 3권이 모두에게 유용한 학습 도구가 되기를 바랍니다.

저자진 일동

목차

학습 내용	페이지

이 책의 구성과 특징

Q 틀에 박힌 표현이 아닌,
진짜 원어민이 쓰는 표현을 배우고 싶어요!

"미니 독해 및 회화"

미니 독해로 주제와 관련된 표현 및 베트남의 문화를
익히고 리얼한 문장과 위트 있는 상황으로 회화문을
구성하여 원어민이 쓰는 진짜 베트남어 문장을 자연
스럽게 배울 수 있습니다.

Q 정확한 문법 설명과 각 문법마다
다양한 쓰임을 알고 싶어요!

"문법"

한국인 학습자가 이해하기 쉽게 설명을 제시하여 각
문법마다의 특징을 명확히 파악할 수 있습니다. 또
한, 실용도 높은 예문을 통해 다양한 쓰임을 배울 수
있습니다.

Q 아무리 베트남어를 배워도 회화가 늘지
않아요. 좋은 연습 방법이 없을까요?

"말하기 연습"

각 과에서 배운 핵심 문장을 단어만 쏙쏙 바꾸어 말
해 보며 자연스럽게 익힐 수 있도록 패턴식으로 제시
하였습니다. 다양한 문장을 반복해서 따라 말하다 보
면 빠르게 말문이 트일 수 있습니다.

Q 책을 덮으면 배운 게 다 사라지는 것
같아요. 더 오래 기억할 방법은 없을까요?

"연습 문제"

듣기, 말하기, 읽기, 쓰기까지 베트남어 전 영역을 학
습할 수 있도록 다양한 연습 문제를 제시하였습니다.
문제를 직접 풀어 보며, 배운 내용을 확실하게 기억할
수 있습니다.

Q 문장이 길어지면서 잘 읽히지 않아요.
장문 읽기 연습도 할 수 있을까요?

"독해 및 문화"

긴 지문도 빠르게 읽고 이해할 수 있도록 각 과의 마
지막에 장문의 독해를 구성하였으며, 베트남의 문화
를 간접 체험할 수 있는 생생한 문화 관련 지문도 수
록하였습니다. 일상 주제 뿐만 아니라 베트남 문화도
이해하며 재미있게 독해 실력을 쌓을 수 있습니다.

특별 부록 200% 활용하는 방법!

1. 현지에서 녹음하여 더 생생한 원어민 MP3 음원

시원스쿨 베트남어 홈페이지(vietnam.
siwonschool.com)에 로그인 ▶ 학습지
원센터 ▶ 공부 자료실 ▶ 도서명을 검색
한 후 무료 다운로드 가능합니다.

2. 언제 어디서든 연습할 수 있는 말하기 트레이닝 영상

유튜브에 'VSL 베트남어 말하기 트레이
닝'을 검색하여 시청 가능합니다. 언제 어
디서든 보고 따라 읽으면서 베트남어 말
하기를 연습해 보세요!

Mô tả người

인물 묘사

 **학습 Point**

☐ 의심 또는 부정의 의미를 나타내는 표현 làm sao (mà)

☐ 아쉬움을 나타내는 표현 tiếc là

☐ 화자가 말하고자 하는 대상을 강조하는 표현 kia

☐ 높음의 정도(최상급)를 나타내는 표현 không... bằng

 **새 단어** *회화문에서 배울 새 단어를 미리 학습해 보세요.

🔊 Track 01_1

béo 살찌다	**miêu tả / mô tả** 묘사하다
bụng 배	**nhà doanh nghiệp** 사업가
câu lạc bộ 동호회, 클럽	**rành** 완전히 알다
chân thật 정직하다, 진실하다	**ria mép** 콧수염
đoán 예상하다, 추측하다	**sắc đẹp** 아름다움
gầy 마르다	**thay đổi** 변하다, 바꾸다
giả dối 거짓의, 가짜의	**tiêu chuẩn** 기준
giản dị 검소하다	**tính nết** 성격, 성질
gọn ghẽ 단정하다	**tính tình** 성격, 기질
khoái 즐기다, 좋아하다	**tóc** 머리카락
làm bánh 빵을 만들다	**tự tin** 자신감

◎ Hãy nhìn hai bức ảnh của cùng một người và thử xem anh ta đã thay đổi như thế nào.

🔊 Track 01_2

Đây là bức ảnh chụp khi anh ta 22 tuổi, lúc mới tốt nghiệp đại học. Khi đó anh ta rất gầy, chỉ khoảng 45 kí lô. Anh ta để tóc dài, để ria mép, trông hơi già hơn so với tuổi.

Còn đây là bức ảnh chụp 10 năm sau đó, khi anh ta trở thành một nhà doanh nghiệp có tiếng. Anh ta béo ra, có lẽ không dưới 70 kí lô. Bụng anh ta hơi phệ. Mái tóc anh ta cắt ngắn, gọn ghẽ, theo mô-đen của các nhà doanh nghiệp hiện nay. Anh ta không còn để râu mép nữa. Trông anh ta có vẻ rất tự tin.

◎ 한 사람에 대한 두 사진을 보고 그가 어떻게 변했는지 살펴보도록 합시다.

이것은 그가 22살이었을 때, 대학을 졸업한 지 얼마되지 않은 시절에 찍은 사진이에요. 그때 그는 매우 마른 편이었으며, 약 45kg 정도였어요. 그는 머리와 수염을 길게 길렀고, 나이에 비해 좀 더 나이가 들어 보이네요. 그리고 이것은 그 때로부터 10년 후, 그가 성공한 사업가가 되었을 때 찍은 사진이에요. 그는 살이 쪄서 아마 70kg은 더 나갈 것 같네요. 그의 배는 조금 나온 편이에요. 그의 머리카락은 짧고 단정하며, 요즘 사업가들의 스타일을 따르고 있네요. 그는 더이상 수염을 기르지 않아요. 그는 매우 자신감 있어 보여요.

💿 다음 질문에 대한 당신의 의견을 말해 보세요.

1. Theo bạn, tại sao người đàn ông trong bức ảnh trên lại có những thay đổi như vậy?

   위 사진 속 남성은 왜 그런 변화를 겪었을까요?

   _____

2. Từng học viên miêu tả tóc và khuôn mặt của một học viên khác. Sau khi nghe xong, cả lớp đoán tên của người được miêu tả.

   각자 다른 학생의 머리카락과 얼굴에 대해 묘사해 보세요. 다른 사람들은 이를 듣고, 반 전체 중 누구를 묘사했는지 이름을 맞춰보세요.

   _____

3. Theo bạn, sắc đẹp có phải là một tiêu chuẩn quan trọng nhất để một người được mọi người yêu mến không?

   여러분은 외적 아름다움이 모두로부터 사랑을 받는 데 가장 중요한 기준이라고 생각하나요?

   _____

4. Bạn có nghĩ ấn tượng đầu tiên khi gặp một người nào đó là rất quan trọng không? Cho đến nay, bạn còn nhớ lần đầu gặp một người Việt Nam nào đó không? Mô tả về người ấy.

   어떤 이를 처음 만났을 때의 첫인상이 중요하다고 생각하나요? 지금까지 당신은 처음 만난 베트남 사람을 기억하고 있나요? 그 사람에 대해 묘사해 보세요.

   _____

아버지와 아들의 대화

🔊 Track 01_3

Cha Hôm qua con đưa bạn gái về nhà giới thiệu với má, phải không?

Con Dạ, phải. Tiếc là ba không có ở nhà.

Cha Ờ, ba bận họp ở công ty. Sao, con quen cô gái ấy lâu chưa?

Con Dạ, năm ngày.

Cha Ủa, mới có năm ngày thôi à? Vậy, con có biết tính nết của cô gái ấy như thế nào không?

Con Dạ, con biết chứ.

Cha Vậy, con nói thử cho ba nghe cô ấy là người như thế nào.

Con Dạ, cô ấy tóc dài, mắt to...

Cha Không, ba không hỏi về hình dáng bên ngoài. Ba muốn con nói về tính tình của cô ấy kia.

Con Dạ, cô ấy hiền, chân thật, giản dị, ghét giả dối, thích nấu ăn, thích làm bánh khi rảnh…

Cha Ồ, như vậy là giống mẹ con. Má con nấu ăn ngon không ai bằng.

Con Cô ấy cũng có sở thích giống con. Thích nghe nhạc, khoái du lịch, khoái bánh xèo...

Cha Vậy bạn gái của con chắc chắn là người miền Nam rồi.

Con Sao ba biết hay quá vậy, ba?

Cha Thì ba đoán mà. Ủa, mới quen có năm ngày, làm sao mà con rành tính nết của cô ấy quá vậy?

Con Thì con đọc trong báo, ở mục "Câu lạc bộ làm quen". Cô ấy tự giới thiệu như vậy.

⊘ 대화 내용을 바탕으로, 다음 질문에 답해 보세요.

1. Người con đã làm quen với cô bạn gái của anh ta trong trường hợp nào?

   아들은 어떻게 그의 여자친구와 알게 되었나요?

   _____

2. Hình dáng của cô ấy như thế nào?

   그녀의 외모는 어떤가요?

   _____

3. Tính tình của cô ấy ra sao?

   그녀의 성격은 어떤가요?

   _____

4. Cô bạn gái có những sở thích gì giống anh ta?

   그녀는 아들과 어떤 공통된 취미를 가지고 있나요?

   _____

5. Làm sao anh ta biết được tính tình của cô ấy?

   아들은 그녀의 성격을 어떻게 알게 되었나요?

   _____

 **문법**

1 **làm sao (mà)**

의심 또는 부정의 의미를 담아 '왜', '어떻게, 어째서'라고 묻는 표현입니다.

> • Mới quen có một tuần, làm sao mà con biết rõ tính nết của cô ấy?
>
> 알게 된 지 이제 막 일주일 되었는데, 어떻게 너는 그녀의 성격을 잘 알고 있니?

2 **tiếc là**

보통 문장 또는 절 앞에 위치하여 "아쉽게도"라는 의미로, 어떠한 상황에 대한 아쉬움을 나타내는 하나의 관용어처럼 사용합니다. 이 표현은 누군가의 제의나 초대를 예의있게 거절할 때 사용하기도 합니다.

> • Hôm qua con đưa bạn gái về nhà giới thiệu với gia đình, tiếc là ba không có ở nhà.
>
> 어제 가족에게 여자친구를 데려와 소개시켜 주었지만, 아쉽게도 아버지가 집에 안 계셨어요.
>
> • Tôi rất muốn cộng tác với anh, nhưng tiếc là tôi sắp phải đi xa.
>
> 저는 정말 당신과 함께 일하고 싶지만, 아쉽게도 곧 멀리 떠나야 해요.

3 ...kia

문장 끝에 위치하여 '그게 아니라 이거야'라는 뜻으로 화자가 말하는 대상에 대해 강조할 때 사용합니다.

- Ba muốn con nói về tính nết của cô ấy kia.

  아빠는 네가 그녀의 성격에 대해 말해주길 바라는 거야.

4 không... bằng

가장 높은 정도를 나타낼 때 사용하며 '~와(과)도 같지 않다', '~와(과) 비교할 수 없다', '~보다 뛰어나다' 라는 뜻으로 보통 'ai', 'gì', 'đâu' 등과 함께 쓰입니다.

- Má con nấu ăn ngon không ai bằng.

  제 어머니는 누구보다도 요리를 맛있게 해요.

문장 트레이닝 영상

1 제시된 단어들을 문장에서 표시된 부분에 적용하여 말하기 연습을 해 보세요.　🔊 Track 01_4

1. Tiếc là ①ba không ②có ở nhà.　아쉽게도 아버지가 집에 안 계셨어요.

①	②
mũi anh ấy	cao
mắt anh ấy	đẹp
chị ấy	làm người mẫu

아쉽게도 그의 코가 높지 않아요.
아쉽게도 그의 눈이 예쁘지 않아요.
아쉽게도 그녀는 모델이 아니에요.

2. ①Con nói thử cho ②ba nghe ③cô ấy là người thế nào.　너 그녀가 어떤 사람인지 아버지한테 말해줘.

①	②	③
chị	tôi	anh ta
các bạn	tôi	ông ấy
anh	tôi	cô gái mà anh mới quen

누나(언니) 그가 어떤 사람인지 내게 말해줘.
여러분 그 할아버지가 어떤 분인지 내게 말해주세요.
형(오빠)가 이제 막 사귀는 여자분이 어떤 사람인지 내게 말해줘.

3. Cô ấy tóc ①dài, mắt ②to.　그녀는 머리카락이 길고 눈이 커요.

①	②
vàng	xanh
uốn quăn	một mí
dài ngang vai	hai mí

그녀는 머리카락이 노랗고, 눈이 파래요.
그녀는 파마를 했고, 눈이 홑꺼풀이에요.
그녀는 머리카락이 어깨까지 오고, 눈이 쌍커풀이에요.

4. ①Má con ②nấu ăn ngon không ai bằng.　제 어머니는 누구보다도 요리를 맛있게 해요.

①	②
cô ấy	thông minh
cậu bé ấy	chăm chỉ
ông giám đốc ấy	khó chịu

그녀는 누구보다 똑똑해요.
그 아이는 누구보다 열심히 해요.
그 사장님은 누구보다 까다로워요.

5. Làm sao mà ①con ②rành tính nết của cô ấy quá vậy?   어떻게 너는 그녀의 성격을 잘 알고 있니?

①	②
anh	biết rõ về gia đình
chị	biết rõ những tật xấu
ông	tin vào những lời giới thiệu trên báo

어떻게 형(오빠)은 그녀의 가족에 대해 그렇게 잘 알아요?

어떻게 누나(언니)는 그녀의 단점에 대해 그렇게 잘 알아요?

어떻게 할아버지는 신문에 있는 그녀의 자기 소개글을 믿는 건가요?

단어 dài ngang vai (tóc) (머리카락이) 어깨까지 길다 | khó chịu 까다롭다 | tật xấu 나쁜 습관 | thông minh 똑똑하다 | vàng 노랗다

연습 문제

1 아직 결혼을 원하지 않는 한 남자에 대한 이야기를 듣고, 아래의 질문에 알맞은 답해 보세요.

🔊 Track 01_5

1. Gia đình anh ấy có mấy người con trai?

그의 가족은 아들이 몇 명 있나요?

_____

2. Tại sao bố mẹ anh ấy muốn anh ấy lập gia đình?

그의 부모님은 왜 그가 결혼하길 원하나요?

_____

3. Tại sao anh ấy chưa muốn lập gia đình?

왜 그는 아직 결혼하고 싶어하지 않나요?

_____

4. Người mà anh ấy vừa ý phải là người thế nào?

그의 마음에 드는 사람은 어떤 사람이어야 하나요?

_____

5. Anh ấy chê các cô gái mà chị và em gái của anh ấy giới thiệu ở những điểm nào?

그는 누나와 여동생이 소개해준 여성들의 어떤 점에 대해 불평하나요?

_____

2 빈 칸에 알맞은 단어를 〈보기〉에서 골라 써 보세요.　　🔊 Track 01_6

> 보기 ｜　　thấp / nước da / tính tình / một mí / thon thả / đôi mắt / mái tóc

Chị dâu tôi dáng người [1] _____. Chị không có [2] _____ trắng như nhiều

cô gái khác nhưng [3] _____ dài, óng mượt của chị thì có lẽ không ai bằng. Chị

không có [4] _____ to, đen láy như em gái tôi. Mắt chị chỉ là mắt [5] _____.

Mũi chị có thể nói là hơi [6] _____. Thế nhưng, anh tôi lúc nào cũng cho rằng vợ

mình là người đẹp nhất. Tất cả chúng tôi đều yêu mến chị vì chị nấu ăn ngon và

[7] _____ lại vui vẻ nữa.

> 단어 **óng mượt** 매끄럽게 빛나는

3 아래 단어(또는 구)의 의미에 대한 설명으로 알맞은 곳에 V 표시하세요.

	nước da 피부색	đen láy 새까맣다	óng mượt 광택있다
màu sắc của da người 사람 피부색			
sáng bóng và mềm mại 빛나고 매끄럽다			
rất đen 매우 검다			

4 아래의 표를 참고하여 당신이 생각하는 이상형에 해당하는 칸에 V 표시해 보고, 이외의 기준에도 작성해 보세요.

MŨI 코	cao 높다 ☐ tẹt 납작하다 ☐
MIỆNG 입	rộng 크다 ☐ nhỏ 작다 ☐
DA 피부	trắng 희다 ☐ đen 검다 ☐
TÓC 머리카락	dài 길다 ☐ ngắn 짧다 ☐
TÍNH TÌNH 성격	vui vẻ 활발하다 ☐ ít nói 말이 적다 ☐
TIÊU CHUẨN KHÁC 이 외 기준	

5 아래 단어들과 관련이 있는 명사를 빈칸에 써 넣으세요.

1.
| | đen
검다 | một mí
외꺼풀 | hai mí
쌍꺼풀 |

2.
| | cao
높다 | dọc dừa
반듯하다 | thấp
낮다 |

3.
| | trắng
희다 | ngăm ngăm
거무스름하다 | đen
검다 |

6 아래 빈칸에 "ai / gì / đâu" 중 알맞은 단어를 써 보세요.

1. Không _____ thích làm đẹp bằng chị ấy.

2. Đối với anh ấy, không _____ buồn bằng bị các cô gái chê là xấu trai.

3. Không _____ thu hút nhiều quý bà, quý cô bằng tiệm uốn tóc ấy.

4. Đối với ông ấy, không _____ vui bằng kiếm được nhiều tiền.

5. Đối với ông Năm, không _____ thoải mái bằng ở nhà.

6. Không _____ có mái tóc đẹp bằng chị Thu.

7. Cô ấy thường đi thẩm mỹ viện của bác sĩ Hùng. Đối với cô ấy, không _____ tốt bằng thẩm mỹ viện ấy.

단어 **thẩm mỹ viện** 성형외과 | **tiệm uốn tóc** 미용실

7 "làm sao mà...."를 사용하여 아래에 주어진 내용에 대해 부정 또는 의심의 의미가 담긴 내용을 써 보세요.

Thông tin 내용	Ý phủ định hay nghi ngờ của bạn 부정 또는 의심의 말
1. Ông ấy là một nghệ sĩ lớn. 그는 거물급 예술가예요.	
2. Người đàn ông cao lớn ấy thường bị bệnh. 그 키 큰 남자는 자주 아파요.	
3. Tôi là bạn thân của cô ca sĩ nổi tiếng ấy. 저는 그 유명한 여가수의 친한 친구예요.	
4. Anh ấy nghèo, rất xấu trai nhưng sắp cưới một cô gái trẻ, đẹp, con nhà giàu. 그는 가난하고, 매우 못생겼지만 곧 집안이 부유하고 예쁜 어린 여자와 결혼해요.	
5. Cô Lan nói là sau khi dùng dầu gội đầu này một lần, tóc cô ấy đã trở nên bóng mượt. 란 씨가 이 샴푸를 한 번 쓰고나니 그녀의 머릿결이 빛이 난다고 말해요.	
6. Sau ba ngày viết lời tự giới thiệu trong mục "Câu lạc bộ làm quen" trên báo, anh ấy đã nhận được một ngàn thư xin làm quen. 그가 신문에 "만남 주선" 란에 자기소개를 올린 지 3일 만에 그와 친해지고 싶다는 메시지 1,000개를 받았어요.	

단어 bạn thân 친한 친구 | bạn học 반 친구 | cao lớn 키가 크다 | tự giới thiệu 자기소개를 하다

8 "không ai bằng / không gì bằng / không đâu bằng"을 사용하여 다음 문장을 다시 써 보세요.

> 예시 | Anh Nam là người tốt nhất lớp tôi.
> 남 씨는 우리 반에서 가장 좋은 사람이에요.
>
> ➡ Trong lớp tôi, anh Nam tốt <u>không ai bằng</u>. 우리 반에서, 남 씨는 누구보다도 좋은 사람이에요.

1. Cô sinh viên ấy thông minh nhất lớp tôi.

   ➡ _____.

2. Trong công ty tôi, anh ấy là người cao nhất.

   ➡ _____.

3. Theo tôi, sự hiền dịu là yếu tố hấp dẫn nhất của người phụ nữ.

   ➡ _____.

4. Thẩm mỹ viện của ông ấy tốt nhất thành phố.

   ➡ _____.

5. Đối với cô ấy, sắc đẹp là điều quan trọng hơn tất cả.

   ➡ _____.

단어 yếu tố 요소 | hấp dẫn 매력있는

9 아래 주어진 상황을 보고 "tiếc là"를 사용하여 다른 사람의 제안이나 초대를 예의있게 거절하거나 아쉬움을 나타내는 문장을 만들어 보세요.

> 예시 | Bạn của Loan giới thiệu cho cô một kỹ sư vừa mới ra trường, trông có vẻ rất hiền
> lành. Nhưng Loan chê anh ấy hơi xấu trai. Loan nói với bạn:
>
> 로안의 친구는 그녀에게 이제 막 대학을 졸업한 엔지니어를 소개시켜 주었습니다. 하지만 로안은 그가 못생겼다
> 고 생각해요. 로안이 친구에게 말합니다:
>
> ➡ Anh ta trông rất hiền lành. <u>Tiếc là</u> hơi xấu trai.
>   그는 착해보여요. 아쉽게도 약간 못생겼지만요.

1. Mai không nghe lời chị gái, đi cắt tóc ngắn, trông không hợp với khuôn mặt của cô. Chị của Mai nói:

   ➡ _____.

2. Ông Huy là một người đàn ông rất giàu có. Ông đang theo đuổi một cô gái trẻ đẹp. Nhưng ông Huy lớn hơn cô gái ấy 20 tuổi. Cô gái ấy nói với một người bạn:

   ➡ _____.

3. Một người bạn học của Loan rất yêu Loan. Anh ta đẹp trai, học giỏi, tính tình vui vẻ. Nhưng gia đình anh ta lại quá nghèo. Loan tâm sự với một người bạn:

   ➡ _____.

4. Hoa muốn làm tiếp viên hàng không nhưng cô hơi thấp, chỉ có 1m50. Hoa nói:

   ➡ _____.

5. Bố của Mai không muốn Mai kết hôn với Hùng, vì Hùng chỉ thích ăn chơi, không lo làm việc. Ông từ chối với lý do là Mai còn quá trẻ. Ông nói với Hùng:

   ➡ _____.

6. Trưởng phòng của Dũng là một phụ nữ trẻ, đẹp nhưng hơi nóng tính. Dũng nói:

   ➡ _____.

단어 ăn chơi 놀고 먹다 | bạn học 반 친구 | hợp 어울리다 | nóng tính 성격이 급한 | thấp 키가 작은, 낮은 |
theo đuổi 쫓아다니다 | tiếp viên hàng không 비행기 승무원 | trưởng phòng 부서장 | xấu trai 못생기다

10 "다른 게 아니라 이거예요" 라는 의견을 표현하기 위해 단어 "kia"를 문장 끝에 사용하여 아래의 문장들을 완성해 보세요.

1. Cô Mai có bao giờ để tóc dài đâu, cô ấy _____.

2. Tôi không thích kiểu tóc này đâu, tôi _____.

3. Không, em không chê anh ta xấu trai. Em chỉ muốn nói về _____.

4. Nga không phải là người ít nói, cô ấy _____.

5. Anh nhầm rồi. Chị ấy thích _____.

6. Bố mẹ anh Dũng không chê bề ngoài của cô ta, họ _____.

단어 bề ngoài 외모 | kiểu tóc 헤어스타일 | nhầm 실수하다, 잘못 알다

11 당신의 친한 지인 한 명에 대해 150자 내외로 써 보세요. (외형, 성격)

_____

_____

_____

_____

_____

_____

_____

_____

Cường hơi hồi hộp.

Đây là lần đầu tiên anh đi gặp một cô gái qua mục "Câu lạc bộ làm quen". Nếu đúng như lời cô ấy tự giới thiệu thì người Cường sẽ gặp là một cô gái cao khoảng 1m56, tóc dài, da trắng, thích nhạc nhẹ nhưng hơi khó tính.

Ồ, có lẽ đây là điều làm anh khó nghĩ: nếu sau này anh lập gia đình với cô ấy thì sao nhỉ? Cô ấy sẽ chẳng bao giờ hài lòng với những điều anh làm? Cô ấy sẽ chê tất cả những gì anh mua tặng, hay là…?

Không, có lẽ tốt nhất là đừng nghĩ đến những chuyện không hay đó. Điều quan trọng là anh sẽ nói gì khi gặp cô ấy? Anh sẽ nói: Rất vui được gặp cô. Xin lỗi, cô làm việc ở đâu? Gia đình cô có mấy người? Cô thích ăn món gì nhất?… Nhưng mà nói như vậy có tự nhiên không? Ôi, anh bối rối quá. Lúc này có ai giúp được anh không?

단어 **bối rối** 혼란스럽다, 당황하다 | **đừng** 멈추다 | **e ngại** 걱정하다 | **hài lòng** 만족하다 | **hồi hộp** 긴장하다 | **nhạc nhẹ** 조용한 음악

● 독해 내용을 바탕으로 다음 질문에 알맞은 대답을 골라보세요.

1. Ý chính của đoạn văn thứ nhất là:
   첫 번째 문단의 주요 내용은 무엇인가요?

   ① Anh ta chưa bao giờ có bạn gái.   ☐

   ② Nguyên nhân khiến anh ta hồi hộp   ☐

   ③ Bề ngoài và tính tình của cô gái.   ☐

2. Ý chính của đoạn văn thứ hai là:
   두 번째 문단의 주요 내용은 무엇인가요?

   ① Điều làm anh ta khó nghĩ.   ☐

   ② Anh ta e ngại tính nết của cô gái.   ☐

   ③ Anh ta không tin vào lời giới thiệu của cô gái. ☐

3. Ý chính của đoạn văn thứ ba là:
   세 번째 문단의 주요 내용은 무엇인가요?

   ① Anh ta cần một lời khuyên.   ☐

   ② Chỉ nghĩ đến cô ấy, anh ta đã bối rối.   ☐

   ③ Anh ta không biết điều gì là quan trọng nhất. ☐

Nét đẹp của phụ nữ Việt Nam ngày xưa

Ở Việt Nam, theo truyền thống, người ta thường đánh giá một người phụ nữ qua bốn tiêu chuẩn "công, dung, ngôn, hạnh", trong đó "dung", tức là "dung nhan, sắc đẹp" là một tiêu chuẩn quan trọng, đứng hàng thứ hai, sau "công" là khả năng làm công việc nội trợ.

Tô điểm cho nét đẹp của người phụ nữ Việt Nam thời xưa, trước hết phải kể đến tục nhuộm răng đen. Một phụ nữ có đẹp thế nào đi nữa mà răng không nhuộm đen thì cũng không được coi là đẹp. Ngoài răng đen, má hồng cũng được xem là những yếu tố không thể thiếu của sắc đẹp. "Lấy chồng cho đáng tấm chồng, Bõ công trang điểm má hồng răng đen."

Ngày nay, quan điểm về sắc đẹp của người phụ nữ Việt Nam có nhiều thay đổi, đặc biệt không còn tục nhuộm răng đen nữa. Tuy nhiên, bên cạnh những thay đổi có tính chất hình thức, những đức tính truyền thống như dịu dàng, chăm chỉ, hiếu thuận vẫn được người phụ nữ Việt Nam trân trọng giữ gìn; những đức tính này góp phần quan trọng trong việc làm nên cái đẹp của người phụ nữ Việt Nam trong thời hiện đại.

단어 **chăm chỉ** 부지런하다 | **dịu dàng** 온화하다, 부드럽다 | **đánh giá** 평가하다 | **giữ gìn** 유지하다 | **góp phần** 일조하다, 기여하다 | **hình thức** 형태, 모양 | **quan điểm** 관점, 견해 | **thời hiện đại** 현대의, 요즘의

Sức khỏe

Bài 2

건강

학습 Point

☐ 의견 강조를 위한 설명의 표현 mà

☐ 요청 또는 상기를 시킬 때 사용하는 표현 chứ

☐ 더 나은 조건을 제시할 때 사용하는 표현 miễn (là)

새 단어 *회화문에서 배울 새 단어를 미리 학습해 보세요.

🔊 Track 02_1

béo phì 비만의	**đi thăm** 방문하다
cao huyết áp 고혈압	**hội viên** 회원
cấp cứu 응급, 구급	**hút thuốc** 흡연하다
chất béo 지방	**ngoài** 넘다
chất bột 탄수화물	**phô mai** 치즈
phung phí 낭비하다	**sô cô la** 초콜릿
suy dinh dưỡng 영양실조	**thiếu** 부족하다
chất đường 당	**ý kiến** 의견
dưỡng sinh 건강을 지키나	

◉ Có một số người từ lúc còn trẻ cho đến khi lớn tuổi vẫn giữ được sức khỏe tốt, ít đau bệnh. Một số khác thì hay bị đau yếu. Sau đây chúng ta hãy làm quen với hai người đàn ông – một già, một trẻ.

🔊 Track 02_2

Đây là cụ Ba. Năm nay cụ đã ngoài 80 nhưng trông cụ còn rất khỏe. Cụ luôn vui vẻ với mọi người. Cụ không uống rượu, không hút thuốc. Sau lần nằm bệnh viện, cụ kiêng cả thịt lẫn mỡ.

Còn đây là Nam. Anh ta chưa đến 30 tuổi, nhưng trông rất già. Trước đây anh hay uống rượu đến khuya với bạn bè. Anh phung phí sức khỏe của mình với rượu và thuốc lá. Bây giờ anh là một hội viên rất tích cực của một câu lạc bộ dưỡng sinh trong quận.

◉ 몇몇 사람들은 어릴 때부터 나이가 들 때까지 건강을 유지하며 적게 아픈 사람들이 있습니다. 또 다른 몇몇은 자주 아픈 사람들도 있습니다. 아래 글을 보며 나이가 든 남자와 젊은 한 남자에 대해 알아봅시다.

이 분은 바 할아버지예요. 올해 그는 80세가 넘었지만 여전히 매우 건강해 보여요. 그 분은 항상 모든 사람들과 잘 지내요. 그 분은 술을 마시지 않고, 담배도 피우지 않아요. 병원에 입원한 후에는, 고기와 지방을 자제하고 있어요.

그리고 이 분은 남 씨예요. 그는 아직 30세가 되지 않았지만 매우 나이 들어 보여요. 예전에 그는 친구들과 늦게까지 술을 마시고는 했어요. 그는 술과 담배로 자신의 건강을 낭비했어요. 지금 그는 군(베트남 행정지역 단위)의 건강 동호회의 매우 적극적인 회원이에요.

● 다음 질문에 대한 당신의 의견을 말해 보세요.

1. Cái gì là quan trọng trong cuộc sống của bạn? Giải thích vì sao bạn nghĩ như vậy?

당신은 인생에서 무엇이 중요한가요? 당신이 그렇게 생각하는 이유는 무엇인가요?

Tiền bạc 돈 ☐

Sức khỏe 건강 ☐

Học hành 학업 ☐

Bạn bè 친구 ☐

Sống với gia đình 가족과 함께 사는 것 ☐

Tình yêu/Hạnh phúc 사랑/행복 ☐

2. Theo bạn, người ta phải làm gì để có thể sống lâu? Có phải sống lâu sẽ rất hạnh phúc không? Vì sao bạn nghĩ như vậy?

당신 생각에 오래 살기 위해서는 무엇을 해야 하나요? 오래 살면 매우 행복해질까요? 당신이 그렇게 생각하는 이유는 무엇인가요?

3. Ở nhiều nước, quy định về việc hút thuốc lá ở nơi đông người ngày càng nghiêm ngặt hơn. Bạn nghĩ gì về vấn đề này?

많은 나라에서, 사람이 많은 장소에서 금연하는 것을 점점 더 엄격하게 규정하고 있어요. 당신은 이 문제에 대해 어떻게 생각하나요?

4. Có ý kiến cho rằng chữa cho trẻ suy dinh dưỡng dễ hơn chữa cho trẻ bị béo phì. Bạn có ý kiến gì về vấn đề này?

영양실조의 어린이를 치료하는 것이 비만 어린이를 치료하는 것보다 더 쉽다는 의견이 있어요. 당신은 이 문제에 대해 어떤 의견이 있나요?

회화

엄마와 고도비만인 10살 아들

🔊 Track 02_3

Mẹ   Trời ơi! Con lại ăn nữa hả?

Con   Con đói mà, mẹ. Ăn một chút đâu có sao.

Mẹ   Ăn một chút! Con lúc nào cũng "ăn một chút" mà bây giờ đã 46 cân rồi.

Con   Nhưng mà con đói lắm.

Mẹ   Con phải cố gắng lên chứ. Bác sĩ bảo là con không được ăn nhiều chất béo, chất bột, chất đường. Con không còn nhớ sao?

Con   Dạ, con nhớ. Nhưng bây giờ con đói quá.

Mẹ   Mẹ biết, con à. Nếu đói thì con ăn trái cây đi. Táo, cam, nho... trong tủ lạnh đấy. Không thiếu thứ gì.

Con   Con không thích ăn trái cây. Con chỉ thích phô mai, sô cô la thôi.

Mẹ   Mấy thứ đó làm con càng ngày càng béo thêm. Con không sợ sao?

Con   Béo cũng đâu có sao, miễn là mình mạnh khỏe.

Mẹ   Con à, con phải nghe lời mẹ. Ăn ít thôi. Đấy, bác Ba hàng xóm đấy. Bác ấy béo quá nên bị cao huyết áp. Hôm qua bác ấy phải đi cấp cứu, làm cả nhà ai cũng lo.

Con   Vậy hả, mẹ? Mình đi thăm bác Ba đi. Nhưng con đói bụng quá, mẹ ơi!

● 대화 내용을 바탕으로, 다음 질문에 답해 보세요.

1. Người mẹ không đồng ý với con về chuyện gì?
   엄마가 아이에게 동의하지 않는 것은 무엇인가요?

   _____

2. Tại sao người mẹ không muốn con mình ăn nhiều?
   왜 엄마는 아이가 많이 먹는 것을 원하지 않나요?

   _____

3. Vì sao cậu bé ấy béo?
   왜 아이는 뚱뚱한가요?

   _____

4. Hai mẹ con họ định đi thăm ai? Vì sao?
   두 사람은 누구를 방문하러 가나요? 이유는 무엇인가요?

   _____

5. Theo bạn, ăn uống như thế nào là hợp lý?
   당신 생각에, 어떤 식사를 해야 합리적인 식사인가요?

   _____

1 mà

문장 끝에 위치하여 '~잖아', '~인데요' 등의 의미를 가지며, 무언가를 설명하고자 할 때 사용합니다
(보통 구어체에서 사용).

- **A** Con lại ăn nữa hả? 또 먹는 거니?
- **B** Con đói mà, mẹ. 배고프잖아요, 엄마.

2 chứ

문장 끝에 위치하여 '~하죠', '~하렴', 등 여러 의미를 가지고 있으며 상대에게 요청 또는 상기시킬
때 사용합니다 (보통 구어체에서 사용).

- Con phải cố gắng lên chứ.

  너는 반드시 노력해야지.

3 miễn (là)

화자가 더 나은 조건을 제시할 때 사용하며 '~하기만 한다면', '~하기만 하면 괜찮다', '~하더라도 괜
찮다' 라는 의미를 가지고 있습니다.

- Theo tôi, béo hay gầy không quan trọng, miễn là mình mạnh khỏe thôi chứ.

  제 생각에는, 마르건 뚱뚱하건, 건강하기만 하면 괜찮아요.

1 제시된 단어들을 문장에서 표시된 부분에 적용하여 말하기 연습을 해 보세요. 🔊 Track 02_4

1. Con ①đói mà, mẹ. 배고프잖아요, 엄마.

①
uống thuốc rồi
đang học bài
ăn cơm rồi

이미 약을 먹었잖아요, 엄마.
공부하고 있잖아요, 엄마
이미 밥 먹었잖아요, 엄마

2. ①Con phải ②cố gắng lên chứ. 너는 반드시 노력해야지.

①
ông
chị
anh

②
tập đi bộ mỗi ngày
nghỉ ngơi
bỏ rượu

할아버지 매일 걷기 운동을 하셔야죠.
누나(언니)는 쉬어야죠.
형(오빠)은 술을 끊어야죠.

3. ①Tăng cân cũng đâu có sao, miễn là mình ②mạnh khỏe.
몸무게가 늘어도, 건강하기만 하면 괜찮아요.

①
không có tiền
ăn nhiều
thức khuya đọc sách

②
không bị đau yếu
không bị béo
sáng mai không bị đau đầu

돈이 없어도, 아프지 않기만 하면 괜찮아요.
많이 먹더라도, 살이 찌지만 않으면 괜찮아요.
밤새도록 책을 읽어도, 내일 아침 두통만 없으면 괜찮아요.

단어 **bỏ rượu** 술을 끊다 | **đau đầu** 머리가 아프다 | **đau yếu** 아프다 | **học bài** 공부하다 | **thức khuya** 밤새우다

2 문장 끝에 단어 "chứ"를 사용하여 다음 상황에 대한 당신의 조언을 말해 보세요.

1. Hoa rất gầy nhưng cô kiêng ăn mọi thứ. Bạn khuyên:
   호아는 너무 말랐지만 모든 음식을 가려 먹는 편이에요. 당신이 조언합니다:

   ① Hoa phải ăn nhiều | chứ.   호아는 많이 먹어야지.

2. Nam thường nói rằng anh ấy hay cảm thấy đau ở tim. Bạn khuyên:
   남이 말하길 그는 자주 심장에 통증을 느낀다고 해요. 당신이 조언합니다:

   ① Nam phải đi thăm bác sĩ | chứ.   남은 의사에게 진료를 받아야지.

3. Hùng bị viêm phổi nhưng vẫn tiếp tục hút thuốc là. Bạn nhắc anh ấy:
   훙은 폐렴에 걸렸지만 여전히 계속해서 담배를 피워요. 당신이 그에게 충고합니다:

   ① Hùng phải bỏ thuốc | chứ.   훙은 담배를 끊어야지.

4. Con gái bạn có thói quen không rửa tay trước khi ăn. Bạn nhắc:
   당신의 딸은 식사 전 손을 씻지 않는 버릇이 있어요. 당신이 말합니다:

   ① Con phải rửa tay trước khi ăn | chứ.   너는 밥 먹기 전에 손을 씻어야지.

5. Hải mải làm việc nên thường bỏ bữa ăn trưa. Bạn nói với anh ấy:
   하이는 일에 몰두한 나머지 주로 점심을 거르는 편입니다. 당신이 그에게 말합니다:

   ① Hải phải ăn | chứ.   하이는 점심을 먹어야지.

단어   **bữa ăn** 식사 | **khuyên** 조언하다, 충고하다 | **kiêng** 피하다, 삼가다 | **mải (mê)** 몰두하다, 열중하다 | **viêm phổi** 폐렴

1 자신의 외모를 아주 열심히 가꾸는 한 여성이 있습니다. 그녀의 이야기를 듣고 옳은 내용은 'Đúng', 틀린 내용은 'Sai'를 선택하세요. 🔊 Track 02_5

1. 설날에 란은 평소보다 더 많이 먹어요.   Đúng ☐   Sai ☐

2. 란은 아침마다 항상 운동을 해요.   Đúng ☐   Sai ☐

3. 란은 자신의 건강에 관심이 많아요.   Đúng ☐   Sai ☐

4. 다이어트 때문에 란은 항상 다른 종류의 과일을 먹어야 해요.   Đúng ☐   Sai ☐

5. 많은 사람들이 란의 몸매가 아름답지 않다고 말해요.   Đúng ☐   Sai ☐

2 다음을 듣고, 질문에 답해 보세요.

1. Mỗi tuần Lan cân hai lần, đúng không?   매주 란은 몸무게를 두 번씩 확인해요, 맞나요?

   _____

2. Vì sao Lan sợ lên cân?   왜 란은 살찌는 것을 두려워 하나요?

   _____

3. Bữa ăn của Lan thường có những gì?   란의 식사는 주로 무엇인가요?

   _____

4. Các loại trái cây mà Lan thường ăn là gì?   란이 주로 먹는 과일은 어떤 종류인가요?

   _____

5. Cho biết lý do vì sao sau Tết, Lan thường phải ăn kiêng?

설날이 지나고 나면 왜 란은 다이어트를 해야 하나요?

_____

단어 **ăn kiêng** 다이어트하다

---

3 빈칸에 들어갈 알맞은 단어를 〈보기〉에서 골라 써 보세요. 🔊 Track 02_6

| 보기 | nghỉ ngơi / sức khỏe / thiếu / mất ngủ / khuyên / mệt mỏi |

Ông Sáu là một thương gia giàu có. Trong nhà ông ấy không thiếu thứ gì: máy lạnh, ti vi, tủ lạnh, đầu máy, xe hơi. Cái duy nhất mà ông ấy 1) _____ đó là 2) _____.

Lúc nào ông ấy cũng than phiền rằng mình không sao ngủ được, không thể ăn ngon và luôn cảm thấy 3) _____. Ông có một bác sĩ riêng. Bác sĩ 4) _____ ông không nên làm việc nhiều, phải 5) _____ thoải mái. Nhưng ông không làm như vậy được. Ông phải gặp nhiều người, phải nói chuyện với họ về việc làm ăn, phải suy nghĩ và lại 6) _____, lại mệt mỏi và lại ăn không ngon.

단어 **bác sĩ riêng** 주치의 | **mất ngủ** 불면증 | **than phiền** 불평하다 | **thoải mái** 편안하다 | **việc làm ăn** 비즈니스, 사업

4 다음 중 우리의 건강을 해치는 요소들은 무엇인지 의견을 말해 보세요.

hút thuốc ☐   ngủ nhiều ☐

uống bia ☐   ma túy ☐

ăn đồ hộp ☐   uống nước ngọt ☐

sử dụng máy vi tính thường xuyên ☐

다른 해를 끼치는 요소들을 더 말할 수 있나요?

_____

_____

_____

_____

_____

_____

_____

_____

_____

_____

단어 ma túy 마약

5 다음 뒤에 이어질 말을 완성해 보세요. (참고: "mà"는 설명할 때 사용, "chứ"는 요청, 상기, 경고의 의미입니다)

> 예시 | **A** Con có sao không? 너 왜 그러니?
>
> **B** Con không sao mà. Mẹ đừng lo. 저 괜찮아요. 엄마 걱정마세요.

1. **A** Con lại ăn kẹo nữa rồi.

   B Con _____ mà, mẹ.

2. **A** Không hiểu sao dạo này mỗi khi hút thuốc tôi lại bị ho và khó thở.

   B Vậy thì _____ chứ.

3. **A** Lẽ ra _____ bác sĩ sớm hơn chứ.

   B Nhưng mà mấy tuần nay, tôi đâu có rảnh.

4. **A** Các anh _____ chứ. Sao cứ làm ồn mãi thế?

   B Xin lỗi. Chúng tôi sẽ đi ngay bây giờ.

5. **A** Sao anh uống nhiều thế?

   B Tại _____ mà.

6. **A** Tiền bạc quan trọng hơn hay sức khỏe quan trọng hơn?

   B _____ chứ.

단어 ho 기침하다 | khó thở 숨쉬기 어렵다 | làm ồn 시끄럽게하다

6 다음 이어질 말로 사무실에서 직장인에게 건강에 대해 조언하는 문장을 완성해 보세요.

1. Cố gắng _____ .

2. Tránh _____ .

3. Đừng _____ .

4. Không nên _____ .

5. Hãy _____ .

7 "miễn là"를 사용하여 아래 상황에서 밑줄 친 표현이 포함되도록 문장을 만들어 보세요.

> 예시 | Bác sĩ nói để chữa khỏi bệnh cho Nam, phải <u>tốn tiền thuốc</u> nhiều lắm. Mẹ Nam nói:
>
> 의사가 남의 병이 낫기 위해서는, 아주 많이 약값을 써야 해요. 남의 엄마가 말합니다:
>
> ➡ Tốn bao nhiêu tiền thuốc cũng được, <u>miễn là</u> nó khỏi bệnh.
>
> 약값이 얼마나 들더라도, 병이 낫기만 하면 괜찮아요.

1. Lan biết rằng tắm biển <u>có lợi cho sức khỏe</u> nhưng cô sợ phơi nắng lâu sẽ bị <u>đen</u>. Mai khuyên Lan:

    ➡ _____ .

2. Vợ Hùng sẽ <u>tha thứ</u> cho Hùng nếu anh ấy chịu <u>bỏ rượu</u>. Chị ấy nói với chồng:

    ➡ _____ .

3. Đi nha sĩ để chỉnh lại hàm <u>răng</u> cho <u>đẹp</u> thật là <u>mất thời gian</u>. Nhưng Hồng không ngại. Hồng nói:

    ➡ _____ .

4. Dũng hút mỗi ngày một gói thuốc, nhưng anh chưa bị ung thư phổi. Vợ Dũng khuyên Dũng bỏ thuốc nhưng anh không chịu. Anh nói:

   ➡ _____ .

5. Bình muốn có tiền chữa bệnh cho mẹ nên anh sẵn sàng làm mọi việc. Anh nói:

   ➡ _____ .

6. Để giảm cân, Phượng phải ăn kiêng một thời gian khá lâu. Phượng nói:

   ➡ _____ .

> **단어** nha sĩ 치과의사 | phơi nắng 햇빛을 쬐다 | tắm biển 해수욕하다 | tha thứ 용서하다 | tốn (비용이) 들다 | ung thư 암

8 건강과 관련하여 술이 어떤 영향을 미치는지 여러분의 의견을 써 보세요. (약 150자)

_____

_____

_____

_____

_____

_____

Trong nhóm bạn đồng hương của chúng tôi, anh Hùng là người có tửu lượng khá nhất. Anh ấy có thể uống một lúc hơn 10 chai bia mà vẫn chưa say.

Trong các buổi tiệc, anh thường đi từ bàn này sang bàn khác cụng ly "dô 100%" với mọi người, không kể lạ hay quen. Vợ anh thường khuyên anh: "Anh à, đừng uống nhiều. Phải giữ gìn sức khỏe chứ." Mỗi lần nghe vợ khuyên như thế anh chỉ cười bảo rằng "Anh biết mà. Em đừng lo. Say với bạn bè một chút cũng đâu có sao, miễn là mình không gây gổ, quậy phá bà con, hàng xóm là được rồi." Khuyên mãi không được, vợ anh chỉ còn cách là mua cho anh một máy điện thoại di động để theo dõi xem anh đang "xỉn" ở đâu, để nếu cần thì mang xe đến đón về. Nghe nói tửu lượng của anh càng ngày càng tăng cao.

Thế nhưng, vừa rồi trong buổi tiệc sinh nhật của một người bạn, tôi ngạc nhiên khi thấy anh xin một ly trà đá! Anh không còn đi từ bàn này sang bàn kia "chúc sức khỏe" mọi người như trước. Anh cho biết gần đây anh hay cảm thấy mệt mỏi, đi khám sức khỏe thì bác sĩ cho biết anh có nhiều vấn đề: huyết áp cao, tiểu đường, có mỡ trong máu, và nhiều thứ bệnh khác nữa.

● 독해 내용을 바탕으로 다음 질문에 알맞은 대답을 골라보세요.

1. Ý chính của đoạn văn thứ nhất là:
   첫 번째 문단의 주요 내용은 무엇인가요?

   ① Anh Hùng chưa bao giờ say rượu. ☐

   ② Nét nổi bật của anh Hùng so với các bạn. ☐

   ③ Anh Hùng vẫn thường uống hơn 10 chai bia. ☐

2. Ý chính của đoạn văn thứ hai là:
   두 번째 문단의 주요 내용은 무엇인가요?

   ① Anh Hùng không chú ý đến lời khuyên của vợ. ☐

   ② Vợ anh Hùng mua điện thoại cho chồng ☐

   ③ Sự lo lắng của vợ anh Hùng. ☐

3. Ý chính của đoạn văn thứ ba là:
   세 번째 문단의 주요 내용은 무엇인가요?

   ① Sự mệt mỏi của anh Hùng. ☐

   ② Nhờ bác sĩ khuyên mà anh Hùng chuyển sang uống trà đá. ☐

   ③ Lý do khiến anh Hùng bỏ rượu. ☐

단어 **đồng hương** 고향이 같다 | **gây gổ** 다툼을 일으키다 | **khám sức khỏe** 건강검진하다 | **lo (lắng)** 걱정하다 | **mỡ trong máu** 고지혈증 | **nổi bật** 두드러진 | **quậy phá** 괴롭히다 | **tiểu đường** 당뇨 | **trà đá** 차가운 차 | **tửu lượng** 주량 | **xỉn** 취하다

Tuệ Tĩnh và Hải Thượng Lãn Ông với y học cổ truyền Việt Nam

Y học cổ truyền Việt Nam điều trị bệnh bằng cách dùng thuốc Bắc(các vị thuốc Trung Quốc) và thuốc Nam(các loại cây cỏ ở Việt Nam). Bên cạnh việc dùng thuốc, y học cổ truyền Việt Nam còn áp dụng các phương pháp trị bệnh khác như châm cứu, giác hơi, bấm huyệt, v.v.. Y học cổ truyền Việt Nam cùng với y học cổ truyền của các nước phương Đông được gọi chung là Đông y để phân biệt với Tây y, tức y học của các nước phương Tây.

Trong lịch sử của nền y học cổ truyền Việt Nam, Tuệ Tĩnh và Hải Thượng Lãn Ông là hai vị danh y vĩ đại nhất.

Tuệ Tĩnh (1330-?), tên thật là Nguyễn Bá Tĩnh, quê ở huyện Cẩm Giàng, tỉnh Hải Dương. Ông có công lớn trong việc xây dựng một nền y học Việt Nam độc lập, tự chủ. Tác phẩm nổi tiếng về y học của ông là quyển Nam Dược Thần Hiệu.

Hải Thượng Lãn Ông, tên thật là Lê Hữu Trác (1720-1792), sinh quán ở huyện Đường Hào, tỉnh Hải Dương. Gặp thời loạn lạc, ông lánh về Hương Sơn (Hà Tĩnh) ở ẩn, ông học nghề thuốc và trở thành một danh y. Cho đến nay, tác phẩm Y Tông Tâm Lĩnh do ông Biên soạn được coi là bộ sách có giá trị nhất của y học cổ truyền Việt Nam.

Ngoài nghề thuốc, Hải Thượng Lãn Ông còn là một nhà văn nổi tiếng. Quyển Thượng Kinh Ký Sự của ông đã ghi lại một cách sinh động những điều tai nghe mắt thấy ở Kinh đô khi ông được mời lên chữa bệnh cho cha con chúa Trịnh Sâm.

단어 điều trị 치료하다 | ngoài 이 외에 | tác phẩm 저작물, 작품

Học tập

학업

□ 항상 같고, 변하지 않음을 나타내는 표현 bao giờ... cũng

□ 조건과 결과의 관계를 나타내는 표현 hễ... là

□ 상대방의 말이나 생각에 대해 반박의 의견을 나타내는 표현 ai (mà)

□ 제한된 어떠한 범주를 나타내는 표현 chỉ... mỗi

새 단어 *회화문에서 배울 새 단어를 미리 학습해 보세요.

🔊 Track 03_1

cháu 조카

cựu sinh viên 동창회

địa lý 지리

học thuộc lòng 암기하다, 외우다

kỷ niệm 추억, 기념

lịch sử 역사

liên lạc 연락하다

môn học 과목

toán 수학

trẻ con 어린이

trung học 고등학교

◉ Mỗi người đều có môn học ưa thích đồng thời có môn "nuốt không nổi". Hãy nghe ý kiến của người này về các môn học.

🔊 Track 03_2

> Hồi ở trung học, bạn thích môn học gì nhất? Tôi thì thích môn Toán nhất. Còn các môn khác tôi không thích. Thường mỗi buổi tối, tôi mất hàng giờ để học thuộc lòng các bài học về Địa lý, Lịch sử, Sinh học, v.v. nhưng bao giờ kết quả kiểm tra các môn này của tôi cũng thấp.

◉ 모든 사람들은 좋아하는 과목이 있는 동시에 "견딜 수 없는" 과목이 있어요. 각 과목에 대한 이 사람의 이야기를 들어봅시다.

> 고등학교 때, 당신은 무슨 과목을 가장 좋아했나요? 저는 수학을 가장 좋아했어요. 그러나 다른 과목은 좋아하지 않았어요. 보통 저녁마다, 저는 지리, 역사, 생물 등과 같은 과목을 암기하는 데에 시간이 많이 걸렸지만, 이 과목들에 대한 시험 결과는 여전히 낮았어요.

● 다음 질문에 대한 당신의 의견을 말해 보세요.

1. Ở nước bạn, trẻ con bắt đầu đến trường lúc mấy tuổi? Theo bạn, trẻ con nên bắt đầu đi học (tiểu học) ở tuổi nào là tốt nhất?

   당신의 나라에서, 어린이들은 몇 살 때 학교를 가기 시작하나요? 아이들이 (초등)학교에 가는 나이는 언제가 가장 좋다고 생각하나요?

   _____

2. Sau khi tốt nghiệp trung học hoặc đại học, bạn còn liên lạc với các bạn học cũ không? Bạn có thích tham gia vào các hội cựu học sinh hay cựu sinh viên không? Vì sao?

   중 고등학교 또는 대학교를 졸업한 후에, 당신은 예전 학우들과 여전히 연락하나요? 당신은 대학교 또는 학교 동창회에 참가하는 것을 좋아하나요? 그 이유는 무엇인가요?

   _____

3. Kỷ niệm đẹp nhất của bạn lúc còn học ở trung học hoặc đại học là gì?

   대학교 또는 중 고등학교에서 공부할 당시 당신의 가장 아름다운 기억은 무엇인가요?

   _____

4. Bạn nghĩ gì về việc học tiếng Việt hiện nay của mình?

   당신은 자신의 현재 베트남어 공부에 대해 무슨 생각을 하고 있나요?

   _____

자신들의 학창시절 기억을 떠올리는 두 친구

🔊 Track 03_3

Lan   Thu còn nhớ hồi mình còn đi học không, Thu?

Thu   Nhớ chứ. Hồi đó vui ghê. Hễ học xong là chúng mình đi ăn chè, ăn kem...

Lan   Đã lâu rồi Lan chưa có dịp về thăm trường.

Thu   Mình cũng vậy. À, Lan còn nhớ cô Mai dạy Sinh học không?

Lan   Cô Mai cao cao, tóc dài, phải không?

Thu   Ừ, đúng rồi. Lan biết không, bây giờ cô ấy vẫn còn dạy ở trường cũ. Cô ấy đang dạy đứa cháu của mình đấy.

Lan   Vậy hả? Dạo này cô ấy thế nào? Lan nhớ hồi học lớp 10 và lớp 11, Lan rất ghét môn Sinh học. Vậy mà lúc học với cô Mai năm lớp 12, Lan lại thích môn này nhất.

Thu   Còn mình thì trái lại. Mình chỉ thích mỗi môn Toán.

Lan   Ai mà không biết hồi đó Thu giỏi Toán nhất lớp.

🔍 Tip! ▪ chè[째] 견과류나 과일 등 다양한 재료와 설탕으로 만든 베트남식 디저트입니다.

● 대화 내용을 바탕으로, 다음 질문에 답해 보세요.

1. Lan có thường về thăm trừng cũ không?
   란은 예전 학교에 자주 방문하나요?

   _____

2. Cô Mai dạy môn gì?
   마이 선생님은 무슨 과목을 가르치나요?

   _____

3. Ngoài môn Toán, Thu còn thích học môn gì khác không?
   수학 외에도, 투는 다른 과목을 좋아했나요?

   _____

4. Vì sao hồi học ở trung học, Lan thích học Sinh học?
   왜 학창시절 란은 생물을 좋아했나요?

   _____

1 bao giờ... cũng

'언제나', '언제든 ~하다'라는 의미로써, 항상 변하지 않고 같음을 의미하는 구문입니다.
'Bao giờ cũng...' 으로도 표현할 수 있습니다.

- Bao giờ cô ấy cũng được điểm cao nhất lớp.
  그녀는 언제나 반에서 가장 높은 점수를 받아요.
- Anh ấy bao giờ cũng đến lớp muộn 15 phút.
  그는 언제나 15분 늦게 교실에 도착해요.

2 hễ... là

'~하면 ~하다', '~이면 ~이다' 라는 의미로, 조건과 결과의 관계를 말할 때 사용하는 구문입니다.
특정 현상이나 어떠한 일이 발생하는 조건에 대하여 언제나 같은 결과를 표현할 때 사용합니다.

- Hễ gần đến ngày thi là nó bị ốm.
  시험날이 다가오기만 하면 그 애는 아파요.

3 ai (mà)

'누가 ~하겠어', '~하는 사람이 누가 있겠어' 라는 의미로 상대방의 말이나 생각에 대해 반박의 의견을 말할 때 사용할 수 있습니다. 보통 긍정(Ai mà không biết = Ai cũng biết: 누가 모르겠어 = 누구나 알고 있어)의 의미 또는 부정(ai mà biết = không ai biết: 누가 알겠어 = 아무도 몰라)의 의미를 표현하며, 구어체에서 사용합니다.

- Ai mà không biết cô ấy học giỏi nhất lớp.

  그녀가 반에서 공부를 가장 잘한다는 것을 누가 모르겠어.

4 chỉ... mỗi

'오직 ~하다', '~만 ~하다', '~하기만 하다' 등의 의미로써 제한된 범주를 나타내고자 할 때 사용하며, 주로 구어체에서 사용합니다.

- Nó chỉ thích mỗi môn tiếng Anh.

  그 애는 영어과목만 좋아해.

 **말하기 연습**

1 제시된 단어들을 문장에서 표시된 부분에 적용하여 말하기 연습을 해 보세요.　🔊 Track 03_4

1. ①Nhớ chứ.　당연히 기억하죠.

> | ① |
> |---|
> | được |
> | tôi hiểu |
> | bạn phải làm bài tập |

당연히 가능하죠.

저는 당연히 이해했죠.

당연히 너는 숙제를 해야해.

2. Hễ ①học xong là ②chúng mình đi ăn chè, ăn kem.

수업이 끝나기만 하면 우리는 째나 아이스크림을 먹으러 가요.

> | ① |
> |---|
> | sắp có kiểm tra |
> | nghỉ hè |
> | bị điểm kém |

> | ② |
> |---|
> | nó lại thức khuya học bài |
> | các bạn trong lớp lại chuẩn bị đi học thêm |
> | nó bị mẹ mắng |

곧 시험이 있으면 그 애는 밤새도록 공부해요.

여름방학이면 반 아이들은 학원에 갈 준비를 해요.

점수가 낮으면 그 애는 엄마에게 혼이 나요.

3. ①Mình chỉ ②thích mỗi ③môn Toán.　저는 수학만 좋아해요.

> | ① | ② | ③ |
> |---|---|---|
> | Nó | được điểm cao | môn Lý |
> | Anh ấy | giỏi | môn tiếng Anh |
> | Cô ấy | không thích | môn Hóa |

그 애는 물리학만 점수가 높아요.

그는 영어만 잘해요.

그녀는 화학만 싫어해요.

4. Ai mà không biết hồi đó Thu giỏi toán nhất lớp.

그 때 반에서 투가 수학을 가장 잘했다는 것을 누가 모르겠어요.

> ①
> làm nổi bài tập này
> không thích học với thầy Hùng
> giải được bài toán đó

누가 이 숙제를 잘 해내겠어요.

누가 홍 선생님과 수업하는 걸 싫어하겠어요.

누가 그 수학 문제를 풀 수 있겠어요.

🔍 **Tip!** ▪ học thêm (추가로 공부하다) 과외나 학원 등 학교 정규 수업이 아닌 그 밖에 추가적인 수업을 말합니다.

[단어] **giải** 풀다, 해결하다

📝 연습 문제

1 **대학생인 두 남녀의 대화를 듣고 질문에 답해 보세요.** 🔊 Track 03_5

1. Bài thi môn Sử của bạn nam sinh viên được mấy điểm? Có bao giờ bài thi môn Sử của bạn nữ sinh viên bị điểm kém không?

남학생의 역사 시험 점수는 몇 점인가요? 여학생은 역사 점수에서 낙제를 받은 적이 있나요?

_____

2. Tại sao mấy hôm nay anh sinh viên ấy không đi học? Anh ta có thích các thầy giáo trong trường đại học không? Hồi học trung học, anh ta thích thầy giáo nào nhất? Hiện nay, anh ta học có giỏi không?

최근 남학생이 학교를 오지 않은 이유는 무엇인가요? 그는 대학교의 교수님들을 좋아하나요? 고등학교에 다닐 때, 그는 어떤 선생님을 가장 좋아했나요? 요즘 그는 공부를 잘하고 있나요?

_____

3. Người đến tìm vị giáo sư là ai? Trước đây anh ta học khoa nào?

교수님을 찾아온 사람은 누구인가요? 예전에 그는 어떤 학과에서 공부했나요?

_____

4. Ngày mai họ sẽ thi môn gì? Phòng thi số mấy? Tại sao Lan chưa chuẩn bị cho môn thi ngày mai?

내일 그들은 무슨 과목 시험을 치루나요? 시험장은 몇 호실인가요? 왜 란은 내일 시험 준비를 아직 하지 못했나요?

_____

단어 **giáo sư** 교수 | **khoa** 과

---

2 빈 칸에 알맞은 단어를 〈보기〉에서 골라 써 보세요.　　　🔊 Track 03_6

> 보기 |　　　　　giỏi / môn học / phân tích / học thuộc lòng / Sử

Tôi thích các môn Văn, Toán, Ngoại ngữ, vì đây là các [1) _____] quan trọng

nhưng tôi thích môn [2) _____] nhất. Môn này cho tôi biết về quá khứ của dân tộc

mình, về các cuộc chiến tranh, các sự kiện quan trọng trên thế giới v.v.. Theo tôi, học Sử

không phải chỉ [3) _____] là đủ. Cũng như các môn khác, môn Sử cũng đòi hỏi

người học phải tổng hợp, [4) _____], suy luận. Theo tôi, một người

[5) _____] môn Lịch sử cũng là một người rất thông minh.

단어 **dân tộc** 민족 | **phân tích** 분석하다 | **quá khứ** 과거 | **suy luận** 추론하다 | **tổng hợp** 종합하다

---

3 여러분의 나라는 초등학교를 마친 후 이어서 어떤 학교로 진학을 하나요? 아래 표에 이어질 학교와 몇 학년부터 몇 학년까지 몇 년을 공부해야 하는 지 적어보세요.

Tiểu học
(초등학교)

_____

4 베트남의 한 9학년 학생의 시간표예요. 당신이 알고 있는 과목을 더 추가해 보세요.

Thứ Hai	Thứ Ba	Thứ Tư	Thứ Năm	Thứ Sáu	Thứ Bảy
Vật lý 물리	Ngữ văn 국어	Toán học 수학	Giáo dục công dân 공민교육	Lịch sử 역사	Toán học 수학
Hóa học 화학	Tiếng Anh 영어	Thể dục 체육	Hóa học 화학	Địa lý 지리	Sinh học 생물
Ngữ văn 국어	Sinh học 생물	Lịch sử 역사	Kỹ thuật 기술	Toán học 수학	Tiếng Anh 영어
			Vật lý 물리	Ngữ văn 국어	Vật lý 물리

5 "hễ...là..."를 사용하여 아래 상황에 알맞은 문장을 적어 보세요. 문장 안에 단어를 생략해도 돼요.

1. Dạo này học chung với anh ấy có nhiều cái tiện vì nếu không hiểu chỗ nào tôi thường nhờ anh ấy giải thích hộ.

   _____.

2. Lúc nào cũng vậy, học hết năm bài trong sách thì chúng tôi có một bài kiểm tra ngắn.

   _____.

3. Năm nào cũng vậy, thi xong học kỳ hai thì tôi chuẩn bị về quê nghỉ hè.

   _____.

4. Năm nào cũng vậy, vào khoảng tháng tám, phụ huynh phải chuẩn bị cặp sách mới cho con em mình.

   _____.

5. Nó đã cố gắng rất nhiều nhưng cứ đến giờ Văn thì nó lại buồn ngủ.

_____ .

6. Bao giờ cũng vậy, khi có kiểm tra toán nó lại được điểm cao nhất lớp.

_____ .

단어 cặp 책가방 | giải thích 설명하다 | học kỳ 학기 | tiện (lợi)편리하다

6 "ai mà" 또는 "ai mà không"과 괄호 안의 주어진 단어를 활용하여 다음 상황에 알맞은 문장을 만들어 보세요.

> 예시 | Anh ấy rất lười học nhưng lại đỗ cao trong kỳ thi tốt nghiệp:
> 그는 공부를 매우 대충했지만 졸업 시험을 높은 점수로 통과했어요:
>
> ➡ <u>Ai mà</u> ngờ được anh ấy lại đỗ cao trong kỳ thi tốt nghiệp. (ngờ)
> 그가 졸업 시험을 높은 점수로 통과할 것이라고 누가 예상했겠어요. (예상하다)

1. Tất cả mọi người đều không hiểu thầy giáo ấy nói gì.

➡ _____ . hiểu

2. Tất cả mọi người đều biết cô ấy là một sinh viên xuất sắc.

➡ _____ . biết

3. Không ai tin được rằng nó đã thi đỗ 3 trường đại học.

➡ _____ . tin

4. Thầy giáo rất nghiêm, nên giờ dạy của ông mọi sinh viên đều có mặt đông đủ.

➡ _____ . sợ

5. Những kỷ niệm của thời còn là học sinh trung học thật đẹp nên chúng tôi không thể nào quên được.

➡ _____ . nhớ

6. Anh ấy học tập chăm chỉ nhất lớp tôi nhưng vừa rồi anh ấy không đậu đại học.

➡ _____ . ngờ

7 아래 문장을 "bao giờ cũng... / bao giờ... cũng..."이 포함된 문장으로 바꿔 써 보세요.

예시 | Hễ đúng mười một giờ là chúng tôi kết thúc giờ học. 11시 정각이면 우리는 수업이 끝나요.

➡ Chúng tôi bao giờ cũng kết thúc giờ học lúc mười một giờ.
우리는 언제나 11시 정각에 수업이 끝나요.

1. Hễ gần đến ngày thi là anh ấy ở thư viện 10 tiếng một ngày.

➡ _____ .

2. Những sinh viên nghèo, học giỏi luôn được mọi người mến phục.

➡ _____ .

3. Hễ trước kỳ nghỉ Giáng sinh là các học sinh lại thi học kỳ một.

➡ _____ .

4. Hễ học vẽ và học đàn xong là Quang nói nó đau đầu quá.

➡ _____ .

5. Đội văn nghệ của lớp tôi luôn được giải thưởng cao của trường.

➡ _____ .

6. Hễ học bài và làm bài xong là nó ngồi vẽ cho đến 10 giờ tối.

➡ _____ .

단어 **giải thưởng** 상 | **Giáng sinh** 크리스마스 | **học đàn** 음악 수업 | **mến phục** 경애하다, 좋아하다 | **thư viện** 도서관 | **vẽ** 그리다

Các bạn có thấy dạo này trên báo chí người ta than phiền về việc trẻ con phải học thêm quá nhiều không? Ngoài giờ học ở trường, nhiều phụ huynh còn bắt con học thêm các môn chính như Toán, Hóa, Văn, tiếng Anh. Một số còn bắt con học bơi, học vẽ, học đàn khiến cho trẻ chẳng còn thời gian rảnh rỗi để vui chơi, giải trí.

Giải thích về việc này, các bậc phụ huynh đó nói rằng họ muốn con mình được pht triển toàn diện. Con họ không những phải giỏi các môn học ở trường mà còn phải đàn hay hoặc nói tiếng Anh thật lưu loát. Nếu đứa bé nói rằng nó cảm thấy nhức đầu mỗi khi ngồi vào bàn học thì bố mẹ lại cho rằng con mình lười học hoặc tạo ra lý do vớ vẩn để được nghỉ ở nhà.

Đấy, các bạn thấy đấy, họ thật là vô lý. Còn tôi thì tôi không ép con học quá tải như vậy. Hai con tôi đều đang học bán trú . Mỗi ngày chúng chỉ học ở trường đến 4 giờ chiều và chỉ phải học vẽ, học múa ba lê vào mỗi chủ nhật thôi. Còn tiếng Anh thì tối Hai, Tư, Sáu nào chồng tôi cũng dạy cho chúng. Các con tôi có cần đi học thêm nhiều đâu!

단어 bơi 수영하다 | ép (buộc) 압박하다, 강제로 시키다 | lưu loát 유창하다 | múa ba lê 발레 | quá tải 적정량을 넘어서다 | rảnh rỗi 여유있다, 한가롭다 | vô lý 비논리적이다 | vớ vẩn 쓸데없는, 터무니없는 | vui chơi 연주하다

● 독해 내용을 바탕으로 다음 질문에 알맞은 대답을 골라보세요.

1. Ý chính của đoạn văn thứ nhất là:
   첫 번째 문단의 주요 내용은 무엇인가요?

   ① Trẻ con bị báo chí than phiền nhiều. ☐

   ② Việc trẻ con bị buộc đi học thêm là vấn đề được báo chí quan tâm. ☐

   ③ Phụ huynh buộc con phải đi học thêm. ☐

2. Ý chính của đoạn văn thứ hai là:
   두 번째 문단의 주요 내용은 무엇인가요?

   ① Khi đi học thêm đứa bé không được nghỉ học vì bất cứ lý do gì. ☐

   ② Trẻ sẽ bớt lười học nếu được đi học thêm. ☐

   ③ Mục đích của phụ huynh khi bắt con đi học thêm. ☐

3. Ý chính của đoạn văn thứ ba là:
   세 번째 문단의 주요 내용은 무엇인가요?

   ① Con của tác giả không cần học nhiều. ☐

   ② Chồng tác giả thường dạy con học thêm ở nhà. ☐

   ③ Tác giả cho rằng con mình không bị bắt buộc học thêm. ☐

   🔍Tip! ■ 베트남은 học bán trú(주간 학교)와 học nội trú(기숙 학교)가 있습니다. 주간 학교는 오전부터 오후까지 학교에서 공부를 하고 집으로 돌아오는 학교이고, 기숙 학교는 학교 기숙사에서 먹고 자며 학업을 하는 형태를 말합니다. 기숙 학교는 보통 12~15세에 시작합니다.

Vài nét về Văn Miếu-Quốc Tử Giám ở Thăng Long
- Trường đại học đầu tiên ở Việt Nam

Tháng 8, mùa thu năm 1070, vua Lý Thánh Tông (1054-1072) cho lập Văn Miếu thờ Khổng Tử và các bậc danh nho. Văn Miếu là tên gọi tắt của Văn Tuyên Vương Miếu, vì Khổng Tử được tôn phong là Đại Thành Chí Thánh Văn Tuyên Vương. Phía sau chính điện là nhà học. Nhà vua chọn thầy giỏi đến nhà học để dạy cho Hoàng thái tử Lý Càn Đức.

Năm 1075, vua Lý Nhân Tông (1072-1127) mở khoa thi đầu tiên chọn những nho sĩ ưu tú để bổ nhiệm vào các chức quan trong triều đình.

Năm 1076, nhà vua chọn những người biết chữ trong số các quan chức tại triều cho vào học ở nhà học. Từ đó nhà học ở sau Văn Miếu được gọi là Quốc Tử Giám.

Trong suốt một thời gian dài, Văn Miếu- Quốc Tử Giám vừa là nơi thờ tự Khổng Tử và các bậc danh nho, vừa là nơi đào tạo nho sĩ cao cấp của Việt Nam ngày xưa.

Trải qua bao thăng trầm của lịch sử, Văn Miếu-Quốc Tử Giám đã thay đổi nhiều. Ngày nay, đến thăm Văn Miếu-Quốc Tử Giám ở Thăng Long – Hà Nội, ngắm nhìn các di tích còn lưu lại như Khu Văn Các, bia tiến sĩ, du khách có thể hình dung được phần nào lịch sử Nho học ở Việt Nam ngày xưa.

단어 **hình dung** 상상하다 | **lập** 설립하다 | **thờ** 숭배하다 | **ưu tú** 우수하다

Tiền bạc

돈

□ 어떤 것에 대한 생각이나 믿음을 나타내는 표현 tưởng
□ 부정적인 의미를 나타내는 표현 đâu có
□ 어떠한 결과를 이루기 위한 유일한 조건의 표현 mới
□ 보편적인 규율, 순서를 따르지 않고 이른 상황을 나타내는 표현 mới... đã
□ 어떤 것에 대해 신중하게 예측할 때 사용하는 표현 hình như... thì phải

새 단어 *회화문에서 배울 새 단어를 미리 학습해 보세요.

🔊 Track 04_1

bận rộn 바쁘다	**hạnh phúc** 행복, 행복하다
công ty trách nhiệm hữu hạn 유한회사	**tiêu** 소비하다
ganh tỵ 부러워하다	**vất vả** 고생하다, 힘들다

Tiền bạc luôn là mối bận tâm lớn của rất nhiều người, nhưng những suy nghĩ của mọi người về tiền bạc thường không giống nhau.

🔊 Track 04_2

Tôi là một phụ nữ giàu có. Nhiều người cảm thấy ganh tỵ với cuộc sống của tôi. Chồng tôi là giám đốc một công ty trách nhiệm hữu hạn có tiếng trong thành phố. Bạn sẽ nghĩ rằng tôi là một người hạnh phúc? Không, trái lại là đằng khác. Chồng tôi luôn bận rộn với công việc, và ông lại khá lớn tuổi so với tôi. Có lẽ những phụ nữ bình thường khác hạnh phúc hơn tôi.

🔵 돈은 언제나 매우 많은 사람들의 커다란 걱정거리이지만, 돈에 대한 사람들의 생각은 모두 똑같지 않습니다.

저는 부유한 한 여성이에요. 많은 사람들이 저의 삶을 부러워해요. 제 남편은 도시에서 유명한 유한책임회사의 사장이에요. 당신은 제가 행복한 사람이라 생각하겠죠? 아니에요, 다른 방면으로는 반대예요. 제 남편은 언제나 일 때문에 바쁘고, 그는 저에 비해 나이도 꽤 많아요. 아마도 보통의 다른 여자들이 저보다 더 행복할 거예요.

⊘ **다음 질문에 대한 당신의 의견을 말해 보세요.**

1. Bạn nghĩ gì về tiền bạc? Nếu không có tiền, người ta có thể sống hạnh phúc được không?
   Vì sao bạn nghĩ như vậy?

   당신은 돈에 대해 어떻게 생각하나요? 만약 돈이 없더라도, 사람들은 행복하게 살 수 있나요? 당신이 그렇게 생각하는 이유는 무엇인가요?

   _____

2. Cho các bạn trong lớp biết những kinh nghiệm của bạn đối với tiền bạc khi bạn còn bé (chẳng
   hạn cha mẹ có thường cho bạn tiền không, bạn sử dụng tiền, để dành tiền như thế nào, v.v.).

   당신의 어린 시절의 돈에 대한 여러가지 의견을 다른 친구들과 이야기 나눠 보세요 (예를 들어 부모님께서 용돈을 주셨는지, 당신은 저축을 하기 위해 돈을 어떻게 사용했는지 등에 대해 이야기해 보세요).

   _____

3. Bạn đồng ý hay không đồng ý với những câu dưới đây? Giải thích vì sao.

   당신은 아래의 문장에 대해 동의하나요? 그렇게 생각하는 이유를 설명해 보세요.

	Đồng ý 동의함	Không đồng ý 동의하지 않음
Nên cho trẻ em tiền sau khi chúng làm xong các công việc nhà. 모든 집안일을 끝낸 후에 아이에게 돈을 주는 것이 좋다		
Cha mẹ cho trẻ một khoản tiền để chúng tiêu xài theo ý thích 원하는 바에 따라 돈을 쓸 수 있도록 일정 금액을 주는 것이 좋다		
Trẻ em nên học cách để dành tiền và sử dụng tiền. 아이들은 돈을 사용하는 법과 저축하는 법을 배우는 것이 좋다		
Trẻ em không nên chơi các trò chơi với mục đích ăn tiền. 아이들은 돈을 걸고 놀이를 하지 않는 것이 좋다		

_____

어머니와 아들의 대화

🔊 Track 04_3

Con	Mẹ ơi!
Mẹ	Cái gì? Lại xin tiền nữa hả? Mới hồi sáng mẹ đưa con hai trăm ngàn rồi mà. Con tưởng mẹ ngồi trên đống vàng chắc?
Con	Có hai trăm mà mẹ tưởng là nhiều à? Đi một vòng với mấy đứa bạn là hết sạch ngay.
Mẹ	Mỗi ngày con tiêu hết bao nhiêu tiền? Tiền bạc đâu có dễ kiếm. Con có biết là ba con phải vất vả lắm mới kiếm được tiền không?
Con	Nhưng ba mẹ đâu có thiếu tiền, đúng không? Thôi, được rồi. Con chẳng bao giờ xin tiền của mẹ nữa đâu.
Mẹ	Mới nói một chút mà con đã giận rồi.
Con	Con không cần. Hình như ba mẹ không thương con thì phải.
Mẹ	Sao lại không thương? Nhưng con à, con phải cố tìm một việc mà làm chứ. Con lớn rồi...
Con	Hễ mỗi lần con xin tiền là mẹ bảo con phải thế này, phải thế kia. Chán quá. Thôi, mẹ cho con hai trăm nữa đi. Tụi bạn con sắp tới rồi.

◉ 대화 내용을 바탕으로, 다음 질문에 답해 보세요.

1. Theo bạn, gia đình họ giàu hay nghèo? Vì sao bạn nghĩ như vậy?

당신은 위 대화 속의 가족이 부유하다고 생각하나요, 아니면 가난하다고 생각하나요? 당신이 그렇게 생각하는 이유는 무엇인가요?

_____

2. Người con có làm việc gì không? Anh ta thích gì?

아들은 하는 일이 있나요? 그는 무엇을 좋아하나요?

_____

3. Vì sao người mẹ muốn con tìm việc làm?

왜 엄마는 아들이 일을 찾기를 원하나요?

_____

4. Theo bạn, người mẹ trong bài hội thoại trên thường cho con tiền như vậy là đúng hay sai? Vì sao?

위 대화에서 평소 어머니가 자녀에게 돈을 주는 방식이 옳다고 생각하나요, 아니면 옳지 않다고 생각하나요? 그렇게 생각하는 이유는 무엇인가요?

_____

 문법

1 tưởng

'~라고 착각하다', '~인 줄 알다' 라는 의미로, 무언가에 대해 생각하거나, 믿었지만 실제로는 그것이 사실이 아닌 경우를 나타냅니다.

'tưởng'은 'chắc'과 함께 쓰여, 상대방의 의견을 반박, 거절 또는 부정을 할 때 사용되기도 합니다.

> • Tôi tưởng anh ta là con trai của một tỷ phú.
>
> 나는 그가 한 억만장자의 아들인 줄 알았어요.
>
> • Con tưởng con ngồi trên đống vàng chắc?
>
> 너는 네가 돈방석에 앉아있는 줄 아니?

2 đâu có

부정적인 의미를 표현할 때 사용하며 주로 구어체에서 사용됩니다. '전혀 ...않다', '결코 ...않다' 라는 의미입니다.

> • Tiền bạc đâu có dễ kiếm.
>
> 돈은 결코 쉽게 벌 수 없어요.

3 **mới**

'단지', '비로소', '그제서야' 등의 의미로, 어느 결과까지 도래하기 위한 유일한 조건을 지칭할 때 사용합니다.

- Anh phải mua quà đắt tiền thì cô ấy mới vui.

("vui" là kết quả chỉ xảy ra sau khi đã có điều kiện mua quà đắt tiền)

당신은 비싼 돈을 들여 선물을 사야만 비로소 그녀가 기뻐할 거예요.
("vui: 기뻐하다"는 비싼 돈을 들여 선물을 산다는 조건에 의해 발생하는 결과)

단어 **điều kiện** 조건

4 **mới... đã**

'겨우', '벌써', '이제 막' 등의 의미로, 보편적인 규율이나 순서를 따르지 않고, 이른 상황을 표현할 때 사용합니다.

- Ông ấy mới 30 tuổi đã là tỷ phú.

그는 이제 30살인데 억만장자가 되었어요.

5 **hình như... thì phải**

주로 구어체에서 사용하며, '~인가 보다', '~인 것 같다' 라는 의미로 무언가에 대해 신중하게 예측할 때 사용합니다.

- Hình như công ty anh ta sắp phá sản thì phải.

아마도 그의 회사가 곧 파산하려나 봐.

단어 **phá sản** 파산하다

☝️ 말하기 연습

1 제시된 단어들을 문장에서 표시된 부분에 적용하여 말하기 연습을 해 보세요. 🔊 Track 04_4

1. ①Con tưởng ②mẹ ngồi trên đống vàng chắc. 너는 엄마가 돈방석 위에 앉아 있는 줄 아나보구나.

①	②
Anh	tôi là tỷ phú
Chị	có tiền là có tất cả
Em	số tiền này là của tôi

형(오빠)은 내가 억만장자인 줄 아나 봐요.

누나(언니)는 돈이 있으면 전부인 줄 아나 봐요.

너는 이 돈이 내 것인 줄 아나보구나.

2. ①Con có biết là ②ba con phải vất vả lắm mới ③kiếm được tiền không?

너는 너희 아빠가 아주 힘들게 일하셔야 돈을 벌 수 있다는 걸 알고 있니?

①	②	③
Anh	tôi phải đi làm thêm	có đủ tiền đóng học phí
Chị	tôi đã vay tiền của bạn	mua được chiếc xe đạp này
Các bạn	họ phải rất tiết kiệm	trở nên giàu có

형(오빠)은 내가 아르바이트를 하러 가야만 학비를 낼 돈이 충분하다는 것을 알고 있나요?

누나(언니)는 내가 친구의 돈을 빌려야만 이 자전거를 살 수 있다는 것을 알고 있나요?

여러분은 그들이 돈을 매우 아껴야 부유해진다는 것을 알고 있나요?

3. Mới ①nói một chút mà ②con đã ③giận rồi. 겨우 조금만 말했는데 너는 화를 내는구나.

①	②	③
đi một vòng	nó	tiêu hết cả tiền
xin một ít tiền	mẹ	mắng rồi
gặp nhau lần đầu	anh ấy	hỏi mượn tiền

겨우 한바퀴 돌았는데 그 애는 돈을 다 써버렸어요.

겨우 돈을 조금 달라고 했을 뿐인데 엄마는 혼을 내셨어요.

이제 처음 만난 사이인데 그는 돈을 빌려달라고 했어요.

4. Hình như ①ba mẹ không thương con **thì phải.**   아마도 엄마 아빠는 저를 사랑하지 않으신가 봐요.

> ① cô ấy đang lo lắng về chuyện tiền bạc
>
> lãi suất ngân hàng đang tăng lên
>
> ông Sáu mới trúng thưởng một chiếc xe hơi

아마도 그녀는 돈에 대해 걱정하고 있나 봐요.

아마도 은행의 이자가 오르고 있나 봐요.

아마도 싸우 씨는 자동차 한 대가 당첨되었나 봐요.

> **단어** **học phí** 학비 | **lãi suất** 이자 | **mắng** 혼내다, 꾸짖다 | **mượn** 빌리다 | **trúng thưởng** 당첨되다 | **tỷ phú** 억만 장자 |
> **tỷ phú** 억만 | **vay** 빌리다

연습 문제

1 대화를 듣고, 다음 질문에 답하세요.   🔊 Track 04_5

1. Vì sao anh ấy trông có vẻ mệt mỏi? Tiền sửa nhà tất cả là bao nhiêu? Vay tiền ở ngân hàng có dễ không?

   그는 왜 피곤해 보이나요? 집 수리 비용은 모두 얼마인가요? 은행에서 돈을 빌리는 일이 쉬운가요?

   _____

2. Người chồng muốn mua gì? Người vợ đề nghị làm gì với số tiền thưởng? Lãi suất ngân hàng bao nhiêu phần trăm một năm?

   남편은 무엇을 사고 싶어하나요? 아내는 보너스로 무엇을 하길 권했나요? 은행의 이자율은 일 년에 몇 퍼센트인가요?

   _____

3. Người chồng ấy đã mua gì sáng nay? Anh ta đã làm mất bao nhiêu tiền?

   오늘 아침 남편은 무엇을 샀나요? 그는 얼마를 사용했나요?

   _____

빈 칸에 알맞은 단어를 〈보기〉에서 골라 써 보세요.   🔊 Track 04_6

> 보기 | giá mà / kiếm tiền / đến / vay tiền / học phí / chi phí

Tôi luôn luôn nghĩ [1] _____ tiền. Lý do là tôi thường phải lo lắng về việc

[2] _____ để trang trải những [3] _____ cần thiết như tiền ăn, tiền nhà,

tiền điện, tiền nước. Thường đến cuối tháng tôi chẳng còn một xu dính túi. Trước đây, tôi

đã phải bỏ học sớm vì không có đủ tiền đóng [4] _____. Bây giờ vì không có tiền

nên tôi chẳng làm được việc gì cả. Tôi cũng không mong gì đến việc cưới vợ. Tôi không

dám [5] _____ của bạn bè nữa vì tôi đã vay họ nhiều lần rồi mà chưa trả được.

Vay ở ngân hàng tuy lãi suất thấp nhưng nghe nói phải có một số điều kiện gì đó thì mới

vay được. [6] _____ tôi trúng số nhỉ?

> 단어 **bỏ học** 학업을 그만두다 | **cần thiết** 필수적인 | **chẳng còn một xu dính túi** 주머니에 돈이 없다 | **chi phí** 비용 |
> **giá mà** 만약에 | **trang trải** 충당하다

3 위의 글을 읽고 아래 단어와 같은 의미의 단어(또는 구)를 찾아 써 보세요.

1. hoàn toàn không còn tiền   =   _____
   돈이 하나도 없다

2. không học tiếp được   =   _____
   공부를 계속할 수 없다

3. trả (tiền học)   =   _____
   (공부할) 돈을 내다

4. tiền học   =   _____
   공부할 돈

5. khoản tiền bỏ ra (để làm gì đó)   =   _____
   (무언가를 하기 위해) 일정 금액을 내다

4 만약 복권에 당첨되어, 큰 돈을 얻게 된다면 당신은 그 돈으로 무엇을 할 것인가요? 아래의 빈칸에 당신의 계획을 써 보세요.

Nếu trúng số tôi sẽ...

5 "mới... đã..."를 사용하여 대화문을 만들어 보세요.

| 예시 | **A** Mẹ ơi, con hết tiền rồi. 엄마, 저는 돈을 다 썼어요. |
| | **B** <u>Mới</u> một ngày mà con <u>đã</u> tiêu hết tiền rồi à? 겨우 하루 밖에 안 되었는데 돈을 다 써버렸다고? |

1. **A** Anh còn tiền không? Tiền học bổng tháng này tôi đã tiêu hết rồi.

   B _____.

2. **A** Lan ơi, bà chủ gọi điện đòi tiền nhà đấy.

   B _____.

3. **A** Cậu bé 10 tuổi ấy mỗi ngày kiếm được năm chục ngàn.

   B _____.

4. **A** Em định nếu con thi đậu lớp 10 sẽ mua cho nó một cái xe máy.

   B _____.

5. **A** Hôm nay là ngày 29, tôi phải đi trả tiền thuê nhà.

   B _____.

단어 **định** 결정하다 | **đòi** 요구하다 | **học bổng** 장학금

6 "hình như... thì phải"를 사용하여 아래 문장을 만들어 보세요.

> 예시 | Chị Mai không nói chuyện với anh Nam.
> 마이 씨는 남 씨와 대화하지 않아요.
>
> ➡ Hình như họ giận nhau thì phải.
> 아마 그들은 싸웠나 봐요.

1. Bình xin tạm ứng trước một tháng lương.

   ➡ _____.

2. Hôm nay cuối tháng, An có vẻ vui.

   ➡ _____.

3. Sau khi gặp ông giám đốc về, trông Hải có vẻ buồn.

   ➡ _____.

4. Hùng bán chiếc xe mới và mua một chiếc xe cũ để đi.

   ➡ _____.

5. Họ không giàu nhưng lại tổ chức đám cưới cho con trai rất lớn.

   ➡ _____.

6. Dạo này Nam không ra quán nhậu ngồi đến tối nữa.

   ➡ _____.

단어 **quán nhậu** 술집 | **tạm ứng** 선지급하다 | **tổ chức** 단체, 조직

7 빈칸에 알맞은 내용을 추가하여 아래 문장을 완성해 보세요.

> 예시 │ Quen cô ấy đã lâu nhưng bây giờ tôi mới hiểu rõ cô ấy.
>
> 그녀를 안 지 오래되었지만 이제서야 그녀를 잘 이해하게 되었어요.

1. _____ mới biết tiếng Việt không dễ chút nào.

2. _____ mới mua được cái xe máy này.

3. _____ mới tin chuyện ấy là có thật.

4. _____ mới nhận được tiền hưu trí.

5. _____ mới bị phá sản.

6. _____ mới dám bước vào một khách sạn sang trọng như vậy.

> 단어 hưu trí 퇴직하다

8 "tưởng"을 사용하여 아래 문장을 만들어 보세요.

> 예시 │ Thúy lấy chồng giàu và nghĩ mình sẽ rất hạnh phúc nhưng thực tế không phải
>
> vậy. Thúy nói:
>
> 투이는 부유한 남편을 만나 자신이 행복해질 것이라 생각했지만 실제로는 그렇지 않았어요. 투이가 말합니다:
>
> ➡ Tôi tưởng là lấy chồng giàu mình sẽ rất hạnh phúc.
>
> 저는 부유한 남자를 만나면 매우 행복해지는 줄 알았어요.

1. Gặp anh Nam lái một chiếc xe hơi đời mới, bạn nghĩ đó là xe của anh ấy (thật ra anh ấy là tài xế). Bạn nói:

   ➡ _____ .

2. Anh Bình nói là chiều nay anh ấy được lĩnh lương và hứa sẽ trả tiền cho tôi. Nhưng buổi tối, gặp tôi, anh ấy nói:

   ➡ _____ .

3. Lan để một số tiền lớn ở nhà. Đêm qua nhà Lan bị mất trộm. Lan nói:

➡ _____ .

4. Hùng thấy Nam mở tiệm ăn rất có lãi nên mượn vốn để mở tiệm ăn. Công việc thất bại. Hùng nói:

➡ _____ .

5. Ông Thanh giàu có nhưng chẳng bao giờ giúp đỡ họ hàng. Khi có người đến vay tiền, ông thường nói với họ:

➡ _____ .

단어 | **đời mới** 신형의 | **họ hàng** 친척 | **hứa** 약속하다 | **mất trộm** 도둑맞다 | **thất bại** 실패하다 | **tiệm ăn** 식당

9 **"đâu có"를 사용하여 부정의 의미가 있는 답변으로 다음 대화를 완성해 보세요.**

예시 | **A** Chắc là chị thân với chị Mai lắm nhỉ?
아마도 언니는 마이 씨와 아주 친한가 봐요?

B Tôi <u>đâu có</u> thân với chị ấy.
저는 그녀와 전혀 친하지 않아요.

1. **A** Nó vay của anh 500 ngàn đồng, phải không?

B _____ .

2. **A** Công ty sẽ tài trợ cho dự án của anh à?

B _____ .

3. **A** Mới lĩnh tiền thưởng đây. Có rảnh thì đi uống bia với tôi đi.

B _____ .

4. **A** Nghe nói anh mới trúng thưởng xe máy mới, phải không? Khao đi.

B _____ .

5. **A** Công ty các anh còn nợ công nhân 2 tháng lương à?

   B _____.

6. **A** Nghe nói anh sắp được tăng lương hả?

   B _____.

단어 **công nhân** 근로자 | **dự án** 프로젝트 | **khao** 한턱 쏘다 | **tài trợ** 금전적인 지원을 하다 | **thân (thiết)** 친하다

---

10 당신에게 있어서 돈은 가장 중요한 요소인가요? 당신이 그렇게 생각하는 이유를 설명해 보세요.
(150자 내외)

_____

_____

_____

_____

_____

_____

_____

_____

Sau đây là cách khuyến khích con chăm học của một đôi vợ chồng trẻ.

Họ chỉ có một đứa con trai chín tuổi. Từ nhỏ thằng bé đã tỏ ra rất sáng dạ. Mới ba tuổi nó đã đọc được bảng chữ cái, thuộc lòng nhiều bài thơ. Khi đến tuổi đi học, thằng bé luôn được thầy cô khen là ngoan ngoãn, học giỏi. Hai vợ chồng trẻ đặt rất nhiều hy vọng vào đứa con trai yêu quý của mình.

Để khuyến khích con đạt được thành tích học tập cao hơn nữa, một hôm người bố gọi con trai lại và đặt điều kiện: "Từ nay, hễ mỗi lần con được điểm 10 là bố mẹ sẽ thưởng cho con 10000 đồng, còn nếu điểm 9 sẽ bị đánh 1 roi, điểm 8 là 2 roi, điểm 7 là 3 roi... Nhớ chưa?" Mỗi buổi chiều, khi vừa thấy con trai từ cổng trường bước ra, người bố đều hỏi: "Hôm nay con được mấy điểm?" Và bao giờ thằng bé cũng trả lời là nó được 10 điểm.

Một hôm, hai vợ chồng nhận được điện thoại của cô giáo mời đến trường để nói chuyện. Cô giáo cho biết thằng bé đã trả tiền cho một vài bạn cùng lớp để được bạn cho chép bài. Hình như nó có điều gì lo lắng lắm thì phải. Bố mẹ thằng bé vô cùng thất vọng. Họ tưởng là "sáng kiến" của họ sẽ khuyến khích con chăm học hơn, nhưng kết quả lại trái ngược với điều họ nghĩ.

단어 **bài thơ** 시 | **chép bài** 숙제를 베끼다 | **khuyến khích** 격려하다 | **sáng dạ** 영특하다, 영리하다 | **sáng kiến** 훌륭한 아이디어 | **thành tích** 성적 | **thất vọng** 실망하다 | **vô cùng** 매우, 몹시

● 독해 내용을 바탕으로 다음 질문에 알맞은 대답을 골라보세요.

1. Ý chính của đoạn văn thứ nhất là:
첫 번째 문단의 주요 내용은 무엇인가요?

① Đứa bé ấy thật đặc biệt. ☐

② Niềm hy vọng của hai vợ chồng là đứa con thông minh của họ. ☐

③ Thấy con được khen, hai vợ chồng rất vui. ☐

2. Ý chính của đoạn văn thứ hai là:
두 번째 문단의 주요 내용은 무엇인가요?

① Cách mà người bố khuyến khích con học tập. ☐

② Nếu không đạt điểm cao đứa bé sẽ bị phạt nặng. ☐

③ Người bố lúc nào cũng chú ý đến tiền, kể cả lúc khuyến khích con học tập. ☐

3. Ý chính của đoạn văn thứ ba là:
세 번째 문단의 주요 내용은 무엇인가요?

① Nhờ liên lạc với cô giáo, người bố đã biết sự thật. ☐

② Đứa bé có sáng kiến mới để đạt điểm cao. ☐

③ Sự thật về kết quả học tập của con. ☐

단어 **hy vọng** 희망, 희망하다 | **phạt** 벌하다 | **sự thật** 진실

Vài nét về tiền tệ của Việt Nam ngày xưa

Tiền Việt Nam ngày xưa được đúc bằng đồng, có hình dáng tròn, lỗ vuông, phỏng theo tiền Trung Quốc.

Về mặt lịch sử, sau khi Việt Nam giành được độc lập với sự kiện Ngô Quyền chiến thắng quân Nam Hán trên sông Bạch Đằng (năm 938) và xưng vương (939), đến năm 968, vua Đinh Tiên Hoàng cho đúc tiền. Những đồng tiền đồng đầu tiên của Việt Nam hình tròn, lỗ vuông, trên có chữ "Thái Bình Hưng Bảo", phía lưng đúc nổi chữ "Đinh". Các triều đại tiếp theo là Lê, Lý, Trần, Hậu Lê, Tây Sơn, Nguyễn cũng đều có tổ chức đúc tiền.

Nói chung, tiền đúc bằng đồng của Việt Nam ngày xưa có 3 loại đơn vị:

- Đồng: là đơn vị nhỏ nhất, không thể chia nhỏ hơn nữa trong lưu thông.
- Tiền: là đơn vị thứ hai; theo nguyên tắc, 01 tiền bằng 100 đồng. Tuy nhiên trên thực tế đơn vị này thường được quy định dưới 100 đồng.
- Quan: là đơn vị tiền tệ cao nhất. Một quan bao giờ cũng được tính bằng 10 tiền. Do đó nếu 01 tiền có giá trị bằng 60 đồng thì 01 quan sẽ bằng 600 đồng, như lời tâm sự của một người vợ chăm lo cho chồng ăn học ngày xưa:

Một quan là sáu trăm đồng, Chắt chiu tháng tháng cho chồng đi thi.

Ở Hà Nội ngày nay, nếu như địa danh Tràng Thi ghi dấu một thời huy hoàng của khoa cử Việt Nam xưa, thì địa danh Tràng Tiền (nơi đúc tiền) là nơi gợi cho chúng ta nhớ về lịch sử tiền tệ của Việt Nam ngày trước.

Bài 5

Hình như tôi đã gặp anh ở đâu rồi thì phải.

아마 제가 당신을 어디서 만난 적이 있는 것 같아요.

 학습 Point

☐ 복습하기

1~4과에서 학습한 표현과 문법을 기억하며 다양한 유형의 연습 문제를 풀어봅시다.

 새 단어

🔊 Track 05_1

căn cứ 근거, 토대   **bề ngoài** 외모, 외형

khỏe mạnh 건강하다   **quý** 귀중하다

● 다음 질문에 대한 당신의 의견을 말해 보세요.

1. Thế nào là một người khỏe mạnh? Có thể căn cứ vào bề ngoài của một người nào đó để nói rằng người đó có sức khỏe tốt hay không?

   건강한 사람은 어떤 사람인가요? 한 사람의 외모를 보고 그 사람이 건강한 사람인지 판단할 수 있나요?

   _____

2. Có người nói rằng sức khỏe quý hơn tiền bạc. Ý kiến của bạn thế nào? Giải thích vì sao bạn nghĩ như vậy.

   건강이 돈보다 귀중하다고 말하는 사람들이 있습니다. 여러분의 의견은 어떤가요? 여러분이 그렇게 생각하는 이유는 무엇인가요?

   _____

3. Khi còn học ở trung học hoặc đại học, có lẽ bạn đã có nhiều kỷ niệm với bạn bè, với thầy cô. Có kỷ niệm nào mà cho đến nay bạn vẫn còn nhớ rõ không?

   학창시절, 선생님, 친구들과 많은 추억이 있었을 거예요. 지금까지 여러분의 기억 속에 남아있는 추억이 있나요?

   _____

4. Có một người bạn hoặc một giáo viên nào làm cho bạn nhớ nhất không? Mô tả vài nét về người ấy (tóc, mặt, mũi, tính tình, v.v.) được không?

   여러분이 가장 기억에 남는 친구나 선생님이 있나요? 그 사람에 대한 특징(머리카락, 얼굴, 코, 성격 등)을 묘사해 보세요.

   _____

1 다음 질문에 대한 당신의 의견을 말해 보세요. 🔊 Track 05_2

길에서 우연히 만난 두 오래된 친구의 대화를 들어봅시다. 여러분은 그들이 무슨 말을 하는지 이해할 수 있나요? 여러분은 지난 4개의 과에서 공부한 내용들을 기억하고 있나요?

1. Tại sao lúc đầu Tân không thể nhận ra Hùng?
   왜 처음에 떤은 훙을 알아보지 못했나요?

2. Họ đã không gặp nhau bao lâu rồi?
   그들은 만나지 못한지 얼마나 되었나요?

3. Trước đây Hùng thế nào? Sao bây giờ anh ấy thay đổi như vậy?
   예전에 훙은 어땠나요? 왜 지금 그는 이렇게 바뀌었나요?

2 여러분은 방금 그들이 말한 문장을 어떻게 이해했나요?
(같은 의미를 가진 문장을 고르세요.) 🔊 Track 05_3

1) ...bây giờ tôi...　　지금에서야 내가...

　① Tôi đã nhận ra, đây là điều mới.
　② Tôi nhận ra cách đây không lâu.
　③ Tôi chỉ có thể nhận ra vào lúc này, trước đó thì không thể.

2) ...ai mà nhận ra...　　...누가 알아보겠어...

　① Không ai có thể nhận ra được.
　② Không ai biết anh là ai.
　③ Mọi người đều nhận ra được.

3) Làm sao mà...   어째서(어떻게)...

    ① Tại sao không thay đổi gì cả.

    ② Không thể không thay đổi.

    ③ Ai cũng thay đổi.

4) ...mới đó mà...   ...어느덧...

    ① Họ chỉ mới không gặp nhau 20 năm.

    ② 20 năm là một thời gian không dài.

    ③ Thời gian qua nhanh quá và họ đã không gặp nhau 20 năm.

5) ...đâu có được...   ...결코 ~ 할 수 없다...

    ① Không nơi nào được như xưa.

    ② Chỗ cũ đã thay đổi.

    ③ Không được như trước kia.

3 두 사람은 커피숍으로 들어갔어요. 그들은 커피를 마시며 대화를 나눠요. 그들은 서로 무슨 대화를 하고 있나요? 🔊 Track 05_4

1. Trong số ba người: Hùng, Tân, Thủy, ai lập gia đình muộn nhất?
   훙, 떤, 투이 세 사람 중 누가 결혼을 가장 늦게 했나요?

   _____

2. Theo Tân, người mà anh ấy yêu phải là người thế nào?
   떤은 그가 사랑하는 사람은 어떤 사람이어야 한다고 말하나요?

   _____

3. Người Tân yêu làm nghề gì?
   떤이 좋아하는 사람은 무슨 일을 하나요?

   _____

4. Vì sao Hùng nói: "Tôi thấy hình như anh yêu cô ấy lắm thì phải?"
   왜 훙은 "내가 보기에 아마도 형은 그녀를 매우 좋아하는 것 같아"라고 말하나요?

   _____

4 여러분은 방금 그들이 말한 문장을 어떻게 이해했나요?
(비슷한 의미를 가진 문장을 고르세요.)

◁)) Track 05_5

1) Cô Thủy Anh văn   영문학의 투이

① Người ở đằng kia là cô Thủy Anh văn.

② Cô Thủy Anh văn chứ không phải cô khác.

③ Kia là cô Thủy Anh văn.

2) Thủy bao giờ cũng...   투이는 언제나...

① Thủy luôn luôn giỏi Anh văn nhất lớp.

② Thủy ít khi là người giỏi Anh văn nhất lớp.

③ Bao giờ Thủ cũng là người học Anh văn chăm chỉ nhất lớp.

3) Tôi thì không cần...   나는 필요하지 않아...

① Trẻ và đẹp, theo tôi không quan trọng. Điều kiện duy nhất là người ấy có hợp với tính tình của mình không.

② Tôi có nhiều tiêu chuẩn để chọn người yêu, trong đó quan trọng nhất không phải là sự trẻ, đẹp.

③ Điều kiện quan trọng nhất ở người ấy là trẻ, đẹp, hợp với tính tình của mình.

4) Hễ không gặp...   만나지 않으면...

① Đôi khi tôi thấy như thiếu một cái gì đó nếu không gặp cô ấy trong vòng hai, ba ngày.

② Tôi luôn luôn thấy như thiếu một cái gì đó nếu không gặp cô ấy trong vòng hai, ba ngày.

③ Tôi chỉ thấy như thiếu một cái gì đó nếu không gặp cô ấy trong vòng hai, ba ngày.

단어 **Anh văn** 영문

5 여러분은 이상적인 남성, 또는 여성은 어떤 성격을 가지고 있어야 한다고 생각하나요? 여러분이 좋아하는 특징을 아래의 예시에 표시해 보세요.

hiền	☐	trung thực	☐
tự tin	☐	tốt bụng	☐
ít nói	☐	nói nhiều	☐
vui vẻ	☐	cởi mở	☐

6 아래 문장의 색자 처리된 단어와 의미가 가까운 단어를 고르세요.

1. Đó là những yếu tố có lợi cho sức khỏe.

   ① tốt   ② thuận lợi   ③ tiện lợi   ④ tiện

2. Mấy thứ đó làm con càng ngày càng tăng cân.

   ① vài   ② bao nhiêu   ③ những   ④ một số

3. Con rành tính nết của cô ấy lắm.

   ① giỏi   ② quen   ③ biết rõ   ④ thích

4. Anh ấy là một bác sĩ có tiếng.

   ① giàu   ② có tiền   ③ giỏi   ④ nổi tiếng

5. Kết quả kiểm tra của nó bao giờ cũng thấp.

   ① lần   ② điểm   ③ việc   ④ bài

7 아래의 문장의 색자 처리된 단어와 비슷한 의미의 단어를 써 보세요.

1. Làm sao con biết được tính nết của nó như thế nào?

   _____

2. Lúc đó anh ta rất gầy. Còn bây giờ thì béo quá.

   _____

3. Anh ta đã trở thành một nhà doanh nghiệp có tiếng.

   _____

4. Khi đi học ai mà không có môn học "nuốt không nổi".

   _____

5. Bà ấy là một phụ nữ giàu sang.

   _____

6. Mới hồi sáng mẹ đưa con hai trăm ngàn rồi mà.

   _____

8 빈 칸에 알맞은 단어를 〈보기〉에서 골라 써 보세요. 🔊 Track 05_6

> 보기 | gặp gỡ / ngoài / trẻ / cảm thấy / không ai / hầu như / cấp hai / đại học

Bà Hoa đã ¹⁾_____ 40 tuổi mà trông vẫn còn ²⁾_____ và đẹp. Tuy vậy, bà thường than là lúc nào cũng thấy đau đầu, có lẽ là vì nuôi con và làm việc vất vả quá. Bà có hai con gái. Đứa lớn nhất đã vào ³⁾_____. Đứa thứ hai đang là học sinh ⁴⁾_____. Hiện nay bà là giám đốc một công ty liên doanh. ⁵⁾_____ tháng nào bà cũng đi công tác nước ngoài một lần. Bà thường có những cuộc [6]_____ với nhiều người, ăn uống, trò chuyện vui vẻ với họ. Nhưng đến lúc về nhà, bà luôn [7]_____ mỏi mệt và buồn ngủ. Nghe nói trước đây bà là sinh viên giỏi nhất lớp. Hiện nay hai con bà cũng thế, trong lớp [8]_____ học giỏi bằng chúng. Nhưng hai con gái lại không xinh đẹp như mẹ.

> 단어 **cảm thấy** 느끼다 | **công ty liên doanh** 협동 기업 | **cũng thế** 그렇듯이, 또한 | **hầu như** 거의 | **trò chuyện** 이야기하다

9 학습한 표현 "mới... đã...", "hễ... là...", 또는 "chỉ... mỗi..."를 사용하여 주어진 상황에 알맞은 문장을 만들어 보세요. 필요할 경우, 문장에서 몇 개 단어를 생략하세요.

1. Trong lớp ai cũng được điểm cao môn Toán, trừ Lê.

_____

2. Mỗi lần gặp Sơn, Nam đều hỏi mượn tiền của Sơn.

_____

3. Anh ta mang theo một bộ quần áo cho chuyến đi Vũng Tàu năm ngày.

_____

4. Bà ấy thường cho tiền để con làm việc nhà giúp mình.

_____

5. Đi bộ được 200 mét, cô ấy nói là mệt quá, không thể đi tiếp được.

_____

6. Cô ấy thấy no mặc dù chỉ ăn nửa chén cơm.

_____

> 단어 **nửa** 절반

10 제시된 단어 중 하나를 선택하여 다음 문장을 다시 써 보세요.

1. Sao anh không nói gì nữa? Nói tiếp đi. (chứ / kia)

   _____

2. Chị đã bảo em đừng đi chơi khuya. (chứ / kia / mà)

   _____

3. Xin lỗi, không phải tôi muốn gặp cô Lệ tóc ngắn. Tôi muốn gặp cô Lệ tóc dài. (chứ / kia)

   _____

4. Tôi (tưởng / nghĩ) có tiền sẽ có hạnh phúc. Nhưng không phải như vậy.

   _____

5. Sao em không (tưởng / nghĩ) đến tương lai của mình?

   _____

6. Tiền bạc không quan trọng, có sức khỏe tốt mới quan trọng. (kia / chứ)

   _____

7. Dạo này nó không như trước đâu, cao những 1m75. (kia / chứ)

   _____

11 학습한 표현 "miễn là" 또는 "tiếc là"를 사용하여 아래 문장을 다시 써 보세요.

1. Mẹ cho phép con đi chơi nhưng phải về nhà trước giờ cơm.

   _____

2. Nó bận học thi nên không thể đến chỗ tôi chơi.

   _____

3. Anh có thể làm bất cứ điều gì, nhưng không được vi phạm pháp luật.

_____

4. Anh có đến lớp mỗi ngày hay không không quan trọng, nhưng lúc thi anh phải có mặt.

_____

5. Tôi không cần các bạn mua gì cho tôi, chỉ cần được gặp các bạn là vui rồi.

_____

6. Chỉ cần vui là Nam có thể ngồi uống rượu với một người nào đó cho đến sáng.

_____

7. Tôi thích cái túi xách đó lắm mà không mua được vì không mang đủ tiền.

_____

단어 **cho phép** 허락하다 | **giờ cơm** 식사 시간 | **pháp luật** 법, 법률 | **túi xách** 가방 | **vi phạm** 위반하다

12 학습한 표현 "ai mà..." 또는 "đâu có..."를 사용하여 아래 대화를 완성해 보세요.

1. **A** Em có thấy đôi giày của anh ở đâu không?

   B _____ .

2. **A** Đã có điểm/kết quả thi môn Tiếng Việt chưa?

   B _____ .

3. **A** Có phải hàng tháng nó gửi cho gia đình năm triệu đồng không?

   B _____ .

4. **A** Bạn gái của Thanh cùng đi Vũng Tàu với các cậu, phải không? Cô ấy là người thế nào?

   B _____ .

5. **A** Mới một tuần mà con đã kêu hết tiền rồi. Tiêu xài gì mà phung phí vậy?

   B _____.

6. **A** Dạo này trông chị xanh xao quá. Có bệnh gì không vậy?

   B _____.

7. **A** Anh ho nhiều quá. Có bệnh gì không vậy?

   B _____.

> 단어 **xanh xao** 창백하다

13 아래의 정보를 참고하여 단어 **"mới"**를 이용해 조건과 결과를 나타내는 문장을 만들어 보세요.

1. bà ấy / một giờ sáng / ngủ

   ➡ _____

2. hai tháng nữa / kết thúc năm học

   ➡ _____

3. ông ấy / đi chữa bệnh ở nước ngoài / bình phục

   ➡ _____

4. tập thể dục mỗi ngày / có sức khỏe tốt

   ➡ _____

5. thi tốt nghiệp / tháng sáu năm sau

   ➡ _____

6. ăn uống không điều độ / bị đau dạ dày

   ➡ _____

7. gặp người vừa ý / kết hôn

   ➡ _____

8. lương cao / chịu vào làm việc ở đây

   ➡ _____

9. bị bệnh nặng / chú ý đến sức khỏe của mình

   ➡ _____

단어 bình phục 회복하다 | dạ dày 위 | điều độ 절제하다

14 돈을 어떻게 사용해야 합리적인지 당신의 의견을 말해 보세요. (150자 내외)

_____

_____

_____

_____

_____

_____

_____

_____

_____

_____

Trong số bọn con trai ở xóm tôi, Vũ đẹp trai không đứa nào bằng. Có lẽ Vũ kế thừa được những nét đẹp của mẹ: mũi cao, mắt sáng, nước da trắng trẻo, trông có vẻ thư sinh lắm. Tiếc là Vũ thích đi chơi hơn đi học.

Có một dạo hễ chiều xuống là Vũ ra đứng ngoài đường, chờ các cô nữ sinh với tà áo dài trắng tha thướt tan học về ngang. Khi đạp xe qua chỗ Vũ đứng nói chuyện với mấy thằng bạn, bao giờ các cô nữ sinh cũng chỉ liếc nhìn Vũ chứ không nhìn đứa nào khác.

Cô gái xinh đẹp nhất trong số các cô nữ sinh ấy sau đó trở thành bạn gái của Vũ. Họ trông thật đẹp đôi. Chúng tôi tưởng là họ sẽ kết hôn với nhau, nhưng mới quen nhau một thời gian ngắn họ đã chia tay nhau. Hình như cô ấy chê Vũ ăn nói vô duyên và đầu óc rỗng tuếch thì phải. Giờ đây có lẽ Vũ đã rút ra được bài học thấm thía cho mình, không còn cho rằng học dở cũng không sao, miễn là đẹp trai thì bọn con gái sẽ thích.

단어 **kế thừa** 잇다, 계승하다 | **rỗng tuếch** 완전히 비어있는 | **thấm thía** 가슴 아프다 | **vô duyên** 품위 없는

● 독해 내용을 바탕으로 다음 질문에 알맞은 대답을 골라보세요.

1. Ý chính của đoạn văn thứ nhất là:
   첫 번째 문단의 주요 내용은 무엇인가요?

   ① Bề ngoài của Vũ.   ☐

   ② Vũ chỉ có một nhược điểm.   ☐

   ③ Vũ trông giống mẹ.   ☐

2. Ý chính của đoạn văn thứ hai là:
   두 번째 문단의 주요 내용은 무엇인가요?

   ① Các nữ sinh chỉ chú ý đến người đẹp trai.   ☐

   ② Sự thu hút do dáng vẻ bề ngoài của Vũ.   ☐

   ③ Vũ chú ý đến các cô nữ sinh hơn các bạn mình. ☐

3. Ý chính của đoạn văn thứ ba là:
   세 번째 문단의 주요 내용은 무엇인가요?

   ① Vì học kém, Vũ phải chia tay với bạn gái.   ☐

   ② Bài học mà Vũ có được sau khi chia tay với bạn gái. ☐

   ③ Lý do làm cho Vũ buồn.   ☐

단어 **nhược điểm** 단점

Y phục

Bài 6

옷

학습 Point

☐ 일반적인 것과 반대를 나타내는 표현 mà

☐ 제안, 동의를 구하는 표현 cho

☐ 결과를 나타내는 표현 thành thử

☐ 확신을 나타내는 표현 luôn

☐ 어쩔 수 없이 동의하거나 다른 방안을 나타내는 표현 thôi, ...vậy

새 단어 *회화문에서 배울 새 단어를 미리 학습해 보세요.

🔊 Track 06_1

bán mở hàng 하루의 첫 판매	**đồng phục** 유니폼
bất tiện 불편하다	**kế bên** 다음의
chắc giá 고정된 가격	**kiểu** 스타일
chật 작다	**nhờ vào** ~(을)를 바탕으로
châu Âu 유럽	**thông cảm** 이해하다, 양해하다
duyên dáng 매력적인, 매력있는	**váy áo** 드레스

◉ Mỗi dân tộc đều có y phục riêng, phân biệt với y phục của các dân tộc khác. Bây giờ chúng ta hãy làm quen với chiếc áo dài Việt Nam.

🔊 Track 06_2

> Trên đường phố Hà Nội, bên cạnh các kiểu váy áo châu Âu, du khách thường bắt gặp những tà áo dài tha thướt với đủ màu sắc: màu trắng của nữ sinh trung học, màu xanh hoặc màu hồng của nhân viên công ty bưu điện. Có một lịch sử lâu đời, chiếc áo dài Việt Nam không ngừng được cải tiến để ngày càng trở nên duyên dáng hơn.

◉ 모든 민족은 다른 민족들의 복장과 구별되는 고유한 의상을 가지고 있습니다. 지금부터 우리는 베트남 아오자이에 대해 알아봅시다.

> 하노이 길거리에서, 유럽 스타일의 드레스들과 함께, 관광객들은 학생들의 흰색, 우체국 직원들의 파란색 또는 분홍색 등 다양한 색상의 우아한 아오자이를 볼 수 있습니다. 긴 역사 속에서, 베트남 아오자이는 멈추지 않고 더욱 매력적으로 발전했습니다.

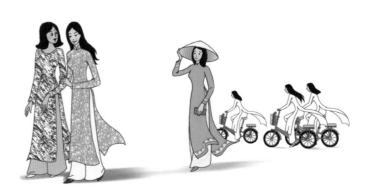

⊘ 다음 질문에 대한 당신의 의견을 말해보세요.

1. Khi gặp một người nào đó, chúng ta thường biết được ít nhiều về họ nhờ vào quần áo mà
   họ đang mặc.
   Nhìn những người này, bạn có thể nói gì về họ? (nghề nghiệp, họ đang làm gì, v.v.)
   어떤 사람을 만나면, 우리는 그들이 입고 있는 옷을 통해 많고 적은 것을 알 수 있어요.
   다음 사람들을 보고, 그들에 대해 어떻게 말할 수 있을까요? (직업, 그들이 무엇을 하고 있는지, 등등.)

2. Một số người phải mặc đồng phục khi đi làm hoặc đi học. Theo bạn, những thuận tiện và
   bất tiện của việc mặc đồng phục là gì?
   몇몇 사람들은 회사나 학교에 갈 때 유니폼을 입어야 해요. 여러분 생각에 유니폼 착용의 장점과 단점은 무엇인가요?

---

3. Theo bạn, có thể đánh giá một người nào đó (giàu, nghèo, tốt, xấu, v.v.) qua trang phục của
   người đó không? Vì sao?
   당신은 어떤 사람의 복장을 통해 그 사람을 판단할 수 있다고 생각하나요? (부유한지, 가난한지, 성격이 좋은지, 나쁜지 등) 그렇게 생
   각하는 이유는 무엇인가요?

옷 가게에서

🔊 Track 06_3

Người mua	Chị ơi, cho xem cái áo kia đi, chị.
Người bán	Cái này hả, cô?
Người mua	Không phải. Cái ở kế bên. Vâng, đúng rồi. Mặc thử được không, chị?
Người bán	Dạ, được chứ. Mời cô vào trong. Vừa không, cô?
Người mua	Hơi chật.
Người bán	Cái áo cô mặc thử size nào vậy?
Người mua	Size L.
Người bán	Có một cái lớn hơn nhưng kiểu hơi khác một chút. Cô chịu thì tôi lấy.
Người mua	Chị cho xem thử.
Người bán	Dạ, đây cô.
Người mua	Kiểu này trông mô-đen quá. Mặc đi làm chắc không hợp.
Người bán	Kiểu này mà cô chê! Thanh niên bây giờ thích lắm đó. Thôi, cô chờ một chút để tôi lấy cái khác cho.
Người mua	Cái áo này bao nhiêu?
Người bán	150 ngàn.
Người mua	Sao mắc vậy? Tám chục, được không?

Người bán	Cô thông cảm. Gần Tết thành thử cái gì cũng lên giá. Trả thêm chút xíu nữa đi, cô.
Người mua	Chín chục, được không?
Người bán	Bây giờ nói chắc giá với cô luôn. Một trăm mốt.
Người mua	Một trăm, được không? Không được thì tôi đi chỗ khác.
Người bán	Thôi, bán mở hàng cho cô vậy.

● 대화 내용을 바탕으로, 다음 질문에 답해 보세요.

1. Cuộc hội thoại trên diễn ra ở đâu?
대화는 어디에서 진행되고 있나요?

_____

2. Theo bạn, người mua già hay trẻ? Tại sao bạn nghĩ như vậy?
당신은 손님의 나이가 많다고 생각하나요 젊다고 생각하나요? 그렇게 생각하는 이유는 무엇인가요?

_____

3. Cô ấy có thích "mô-đen" không? Còn bạn?
그녀는 "모던"한 스타일을 좋아하나요? 당신은요?

_____

4. Cuối cùng, người bán đồng ý bán cái áo với giá bao nhiêu?
결국, 상인은 옷을 얼마에 팔기로 했나요?

_____

1 mà

베트남어에서 "mà"는 복잡하고 다양하게 쓰이는 단어입니다. 이번 과에서 학습하는 "mà"의 경우, '~인데', '~지만'이라는 의미로, "Kiểu này mà anh chê. (이 스타일이 별로라니.)"라는 문장에서 단어 "mà"는 일반적으로 일어나는 것에 반대되는 표현을 나타냅니다.

- Bộ quần áo ấy đẹp như vậy mà chị không thích à?
  이 옷이 이렇게 예쁜데 당신은 싫다고요?

2 cho

문장 끝에서 조사로 쓰이는 경우, 상대에게 제안하거나 동의를 구할 때 사용합니다.

- Anh chờ một chút, để tôi lấy đôi khác cho.
  잠시 기다려주세요, 제가 다른 것을 가져다 줄게요.

3 thành thử

'~하기 때문에', '~한 결과로' 라는 의미로, 언급한 것으로부터 나오는 자연스러운 결과를 말할 때 사용합니다. 같은 의미로 "do đó (그로 인하여)", "vì vậy (그렇기 때문에)"가 있습니다. 주로 구어체에서 사용합니다.

- Gần Tết thành thử cái gì cũng lên giá.
  설이 다가오니 무엇이든 가격이 올랐어요.

4 luôn

동사의 뒤 또는 문장의 마지막에 위치하여, 확신하고 변경될 여지가 없거나 나중에도 지금과 같음을 나타내는 표현입니다.

- Bây giờ nói chắc giá với anh luôn.

  이제 정말 확실한 가격을 말할게요.

5 thôi, ...vậy

'~할 수밖에 없다', '어쩔 수 없이 ~하다' 등으로 해석하며 어떠한 제안에 대해 내키지 않으나 어쩔 수 없이 동의하거나 다른 방안을 나타낼 때 사용합니다.

- Người mua: Áo này năm mươi ngàn, được không?

  Người bán: Thôi, tôi bán mở hàng cho cô vậy. (miễn cưỡng chấp nhận)

  손님: 이 옷 5만동에 가능할까요?
  상인: 그래요, 이 가격에 드릴게요. (내키지 않은 수락)

- Người bán: Không bớt được đâu. Chắc giá một trăm ngàn!

  Người mua: Thôi, không được thì tôi đi chỗ khác vậy. (giải pháp khác)

  상인: 깎아줄 수 없어요. 무조건 10만동이에요!
  손님: 됐어요, 안 된다면 다른 가게로 가겠어요. (다른 방법)

1 제시된 단어들을 문장에서 표시된 부분에 적용하여 말하기 연습을 해 보세요. Track 06_4

1. Cho ① xem cái áo kia đi, ② chị. 저 옷 좀 보여주세요, 누나(언니).

①	②
xem đôi kế bên	cô
đổi cái khác	anh
tính tiền	chị

옆에 있는 신발 좀 보여주세요, (젊은) 아가씨.

다른 것으로 좀 바꿔주세요, 형(오빠).

계산 좀 해주세요, 누나(언니).

2. ① Kiểu này mà ② cô chê. 이 스타일이 별로라니.

①	②
cái áo này	em nói không đẹp
mắc như vậy	nó cứ đòi mua
mới may hai bộ	cô ấy còn muốn may thêm

이 옷인데 안 예쁘다고 말하다니.

이렇게 비싼데 그 아이는 계속 사달라고 졸라대요.

최근에 옷을 두 벌이나 맞춰놓고 그녀는 더 맞추고 싶어해요.

3. ① Gần Tết thành thử ② cái gì cũng lên giá. 설이 다가오니 무엇이든 가격이 올랐어요.

①	②
dáng chị ấy đẹp	mặc áo dài rất hợp
nó thích mô-đen	cắt tóc theo kiểu này
sắp hết tiền	chị ấy không đi mua sắm nữa

그녀는 몸매가 예뻐서 아오자이를 입으면 매우 잘 어울려요.

그 아이는 모던한 스타일을 좋아해서 이 스타일로 머리를 잘랐어요.

곧 돈이 다 떨어질 것이라서 그녀는 더이상 쇼핑하러 가지 않아요.

4. Không ①được thì ②tôi đi chỗ khác. 안 되면 다른 곳으로 가겠어요.

<table>
<tr><td>giảm giá
quảng cáo
mặc vừa</td><td>② khách hàng không mua
khách hàng không biết
đổi cái khác</td><td>할인해주지 않으면 고객은 사지 않아요.
광고를 하지 않으면 고객들은 몰라요.
옷이 맞지 않으면 다른 것으로 바꿔요.</td></tr>
</table>

단어 đổi 바꾸다

연습 문제

1 지금부터 한 간호사가 유니폼에 대해 이야기하는 것을 들어봅시다. 이후, 아래 질문에 답해보세요.
🔊 Track 06_5

1. Cô y tá ấy làm việc ở bệnh viện nào?
   그 간호사는 어느 병원에서 일하나요?

   _____

2. Cô ấy không vui về điều gì?
   그녀는 어떤 점이 마음에 들지 않나요?

   _____

3. Trong bệnh viện, có phải các bác sĩ mặc quần áo khác với y tá?
   병원에서 의사는 간호사와 다른 옷을 입어야 하나요?

   _____

4. Màu sắc của bộ đồng phục dành cho những người làm việc trong ngành Y là màu gì?
   의료업계에서 일하는 사람들의 유니폼의 색깔은 무슨 색인가요?

   _____

5. Những từ ngữ nào sau đây được cô ấy nói đến như là ưu điểm của việc mặc đồng phục?

아래 제시된 단어들 중 그녀가 말하는 유니폼의 장점은 어떤 것이 있나요?

보기	thiết thực ☐	không đắt tiền ☐	thuận tiện ☐
	hấp dẫn ☐	gây ấn tượng ☐	đơn giản ☐

_____

_____

6. Điều cô ấy không hài lòng về bộ đồng phục của mình là gì?

그녀는 자신의 유니폼이 마음에 들지 않는 점은 무엇인가요?

_____

_____

_____

단어 thiết thực 실용적인

---

2 빈 칸에 알맞은 단어를 〈보기〉에서 골라 써 보세요.   ◁)) Track 06_6

보기	thời trang / rảnh rỗi / y phục / chán / mua sắm / chọn lựa

Có người nói rằng phụ nữ rất thích 1)_____, đặc biệt là mua quần áo mới.
Họ thường dùng thời gian 2)_____ của mình vào việc ra vào các cửa hàng
3)_____ để 4)_____ những bộ váy áo vừa ý. Họ có thể mất hàng giờ để
nói chuyện với nhau về kiểu áo này hay kiểu váy nọ mà không thấy 5)_____. Khi
muốn mua một bộ 6)_____ nào đó, điều quan trọng đối với họ không phải là bộ
y phục đó đắt hay rẻ mà là đẹp hay không đẹp và nó làm cho họ thích hay không thích.

3 앞에 2 번의 글을 읽고, 아래 제시된 단어와 비슷한 의미의 단어를 찾아보세요.

1. thích ➡ _____

2. quần áo ➡ _____

3. không được lâu ➡ _____

4. hơn giá bình thường ➡ _____

5. lúc không làm gì ➡ _____

6. nhất là ➡ _____

4 당신이 알고 있는 옷의 종류를 말해보세요.

Áo khoác
....

....

Quần Jean
....

....

5 단어 "mà"를 사용하여 다음 대화를 완성해 보세요. (일반적인 어떤 것에 대해 반대하거나 혹은 반박/부정하는 의견을 제시)

예시 | A Một trăm tám chục ngàn thì hơi mắc. 18만동은 약간 비싸요.

B Giá như vậy mà cô chê mắc à? 이 가격인데 불만이시라고요?

1. A Anh ơi, em muốn mua một đôi hoa tai nữa.

B Em đã có nhiều hoa tai _____.

2. **A** Nhà thiết kế thời trang đó rất nổi tiếng.

   B Ông ấy _____.

3. **A** Sao chị không thử mặc áo dài? Chị mặc áo dài chắc là đẹp lắm đấy.

   B Tôi hả? Tôi _____.

4. **A** Cái áo sơ mi này do chính tay tôi may đấy.

   B _____.

5. **A** Cái áo khoác này giá hơn hai triệu đồng đấy.

   B _____.

6. **A** Áo dài kiểu này có còn thịnh hành nữa đâu.

   B _____.

단어 **hoa tai** 귀걸이 | **nhà thiết kế** 디자이너 | **thời trang** 패션

---

6 아래 제시된 상황을 보고, 문장의 마지막에 단어 "cho"를 사용하여 각 상황에 맞는 적절한 문장을 만들어 보세요.

> 예시 | Chị Lan muốn đi bưu điện gửi thư nhưng không có thời gian.
>
> Anh Nam bảo: Để tôi đi gửi cho.
> 란 씨는 편지를 부치기 위해 우체국에 가고 싶지만 시간이 없어요.
> 남 씨가 말합니다: 제가 부쳐줄게요.

1. Khi nghe một người bạn nói: "Tôi muốn xem buổi trình diễn thời trang tối nay nhưng không mua được vé." Thu bảo:

   ➡ _____.

2. Một người bạn nói: "Tôi không có áo vest để đi dự buổi tiếp tân tối nay." Nam đề nghị:

   ➡ _____.

3. Một cô gái muốn may áo dài nhưng không biết tiệm nào may khéo. Bạn nói với cô ấy:

   ➡ _____.

4. Hoa muốn mua một bộ quần áo mới để đi dự đám cưới nhưng không biết mua ở đâu thì đẹp. Hà nói:

   ➡ _____.

5. Nam không biết cách thắt cà vạt. Bạn nói:

   ➡ _____.

6. Ngày đầu đi phiên dịch cho giám đốc một công ty nước ngoài, bạn thân của Lan không biết nên ăn mặc thế nào cho hợp. Lan nói:

   ➡ _____.

> 단어 **áo vest** 정장, 양복 | **buổi trình diễn** 쇼, 공연 | **phiên dịch** 통역하다 | **tiếp tân** 환영 연회 | **vé** 표, 티켓

7 "thành thử"를 사용하여 뒤에 이어질 말을 완성하세요.

1. Kiểu áo đó quá kỳ lạ _____

2. Cửa hàng này đang bán giảm giá _____

3. Cái áo khoác này đã "đề-mốt" _____

4. Áo dài vừa có nét truyền thống vừa có nét hiện đại _____

5. Cô ấy luôn đi mua sắm ở các cửa hàng thời trang đắt tiền _____

6. Ở Thành phố Hồ Chí Minh không có mùa đông _____

> 단어 **đề-mốt** 유행이 지나다 | **kỳ lạ** 이상하다

8 조건이 뒤에 따라오는 자연스러운 결과를 말하는 "thành thử" 또는 확실하고 변하지 않는 것에 대해 말하는 "luôn"을 사용하여 아래 문장을 다시 작성하세요.

> 예시 | Áo khoác này cũ quá, không mặc được nữa.
> 이 자켓은 너무 오래되었어요, 더이상 못 입겠어요.
> ➡ Áo khoác này cũ quá, thành thử không mặc được nữa.
> 이 자켓은 너무 오래되어서, 더이상 못 입겠어요.

1. Một số giày dép và quần áo ở đây đang được bán giảm giá nên có nhiều người đến mua.

   ➡ _____.

2. Chị Loan nói là đi ra gọi điện thoại một chút nhưng sau đó không thấy quay lại. Có lẽ chị ấy đã về nhà rồi.

   ➡ _____.

3. Không cần thối tiền lại đâu, em. Cho em đấy.

   ➡ _____.

4. Hôm nay rảnh, tôi muốn đi đến cửa hàng mua sắm một số thứ.

   ➡ _____.

5. Hàng may mặc của công ty đó có nhiều mẫu mã mới nên doanh số bán ra ngày càng cao.

   ➡ _____.

6. Họ mặc toàn sơ-mi trắng nên tôi phải mặc giống họ.

   ➡ _____.

9 "Thôi, ...vậy"를 사용하여 어쩔 수 없이 받아들이거나 다른 방안을 제시하는 문장을 만들어보세요.

> 예시 | **A** Ba trăm, được không? Không được thì tôi đi chỗ khác.
> 300만동에 되나요? 안되면 다른 곳으로 갈게요.
>
> **B** Thôi, bán mở hàng cho anh vậy.
> 그래요, 그 가격에 드릴게요.

1. **A** Nếu không gấp thì chờ khoảng một tuần nữa, tôi sẽ may cho cô.

   B Thôi, _____.

2. **A** Mắc quá! Bớt một chút đi, anh.

   B Thôi, _____.

3. **A** Tôi không đủ tiền mua cái áo khoác này.

   B _____.

4. **A** Da tôi hơi đen nên mặc màu này không hợp.

   B _____.

5. **A** Quần áo bày bán trên lề đường giá rẻ nhưng tôi sợ không tốt.

   B _____.

10 패션에 대한 당신의 의견을 적어보세요 (패션은 중요한가요?). 당신은 어떤 종류의 옷을 입는 것을 좋아하나요? (편리한지, 고급스러운지, 예의있는지 등 150자 내외)

_____

_____

_____

_____

_____

_____

_____

_____

Cúc nhìn chiếc áo dài. Ngày nào đi làm cô cũng phải mặc áo dài thành thử bây giờ nhìn thấy nó, cô hơi ngán ngẩm. Công ty cô bắt buộc mọi nhân viên phải mặc đồng phục. Bước vào công ty thì thế nào cũng thấy đàn ông đeo cà vạt, mặc áo sơ mi trắng, quần tây; còn phụ nữ thì lúc nào cũng áo dài, hết màu trắng đến màu xanh rồi màu hồng. Cúc chợt nảy ra một ý, tại sao cô không thử làm cho mọi người trong công ty khỏi phải nhàm chán về chiếc áo dài nhỉ?

Trước hết là vạt áo dài. Tại sao hai vạt áo phải dài bằng nhau? Còn tay áo nữa, bớt đi vài chục phân thì đâu có sao. Trong các cuộc trình diễn thời trang được tổ chức gần đây, các nhà thiết kế đã cách tân chiếc áo dài thành vô số kiểu lạ mắt, dài, ngắn, mỏng, dày, v.v. trông thật hấp dẫn, trẻ trung.

Bây giờ cô sẽ đến các cửa hàng thời trang để tìm mua áo dài kiểu mới nhất, lạ nhất. Nếu được cô sẽ mua hai cái luôn. Và thứ hai khi đến công ty, cô sẽ làm mọi người kinh ngạc với bộ áo dài mô-đen nhất. Cô sẽ là người lăng-xê áo dài mốt mới cho các công ty thời trang vì hình như chỉ thấy người ta trình diễn các kiểu áo dài lạ mắt mà chưa thấy ai mặc trên đường phố bao giờ.

✔ 독해 내용을 바탕으로 다음 질문에 알맞은 대답을 골라보세요.

1. Ý chính của đoạn văn thứ nhất là:
   첫 번째 문단의 주요 내용은 무엇인가요?

   ① Cúc không thích mặc đồng phục. ☐

   ② Cúc không thích mặc áo dài. ☐

   ③ Chỉ mặc một kiểu trang phục nơi làm việc làm Cúc chán. ☐

2. Ý chính của đoạn văn thứ hai là:
   두 번째 문단의 주요 내용은 무엇인가요?

   ① Ý tưởng cách tân chiếc áo dài của Cúc. ☐

   ② Cúc muốn tìm một kiểu áo dài mới lạ. ☐

   ③ Chiếc áo dài mới của Cúc trông thật trẻ trung, hấp dẫn. ☐

3. Ý chính của đoạn văn thứ ba là:
   세 번째 문단의 주요 내용은 무엇인가요?

   ① Chiếc áo dài mô-đen của Cúc làm cho mọi người kinh ngạc. ☐

   ② Cúc định lăng-xê mốt áo dài mới. ☐

   ③ Cúc định làm người mẫu cho các công ty thời trang. ☐

단어 **bắt buộc** 강요하다 | **cách tân** 개량하다 | **chán** 지겨워하다, 지루하다 | **kinh ngạc** 놀라다 | **lăng-xê** 광고하다
ngán ngẩm 지겹다, 싫증나다 | **phân** 센티미터 | **tay áo** 소매 | **vạt áo** (옷) 자락

Trang phục truyền thống của phụ nữ Việt Nam

Tục ngữ Việt Nam có câu "người đẹp vì lụa," ý muốn nói trang phục đóng một vai trò rất quan trọng trong việc làm nên vẻ đẹp của con người. Trang phục truyền thống của phụ nữ Việt Nam, không chỉ là chiếc áo dài tha thướt mà phụ nữ miền nào cũng ưa chuộng, mà còn có chiếc áo tứ thân của phụ nữ miền Bắc, chiếc áo bà ba của phụ nữ miền Nam. Tất cả những kiểu trang phục

này cũng góp phần làm tôn lên vẻ đẹp của người phụ nữ Việt Nam.

Áo tứ thân có nguồn gốc từ chiếc áo váy. Tên gọi "tứ thân" là bắt nguồn từ khổ vai may ngày xưa rất hẹp, nên phần lưng phải ghép hai khổ vải ở giữa đường sống lưng thành hai thân sau, còn hai thân trước là hai tà áo. Áo tứ thân thường được mặc với áo yếm, với một dải vải thắt ngang lưng, trên đầu có khăn vấn, và cả nón quai thao.

Kiểu áo bà ba, theo một số nhà nghin cứu, có nguồn gốc từ đảo Penang (Malaysia). Kiểu áo này được du nhập vào Việt Nam khoảng đầu thế kỷ XIX theo con đường buôn bán. Do điều kiện thời tiết và sinh hoạt, chiếc áo bà ba được đơn giản hóa, bản địa hóa và trở nên rất tiện lợi khi làm việc ngoài đồng ruộng hay trong vườn. Áo bà ba có thể màu trắng, nâu đen, v.v., nói chung thường là một màu. Phụ trang đi kèm áo bà ba là chiếc khăn rằn ô vuông xen kẽ hai màu đen trắng và chiếc nón lá làm bằng lá buông.

Nhà ở

주거

Bài 7

🔖 **학습 Point**

- ☐ 우선적으로 선행되어야 하는 것을 나타내는 표현 đã
- ☐ 불합리함을 나타내는 표현 chẳng lẽ
- ☐ 당연함을 나타내는 표현 tất nhiên là
- ☐ '누구든', '각자의' 의미를 나타내는 표현 ai nấy
- ☐ 말하고자 하는 대상의 수량이 적음을 나타내는 표현 là ít

 **새 단어**   *회화문에서 배울 새 단어를 미리 학습해 보세요.

🔊 Track 07_1

cả đời 인생, 평생	**mất** 시간이 걸리다
cất 짓다, 건축하다	**rao vặt** 광고
cũ kỹ 노후하다	**thoáng mát** 바람이 잘 통하는, 시원하다
kiến trúc 건축	**xung quanh** 주변, 주위

Tìm được một nơi ở thích hợp là một trong những vấn đề quan trọng nhất trong cuộc sống của chúng ta. Dưới đây, chúng ta hãy làm quen với một người sống ở một ngôi nhà cổ.

🔊 Track 07_2

Đây là nhà của tôi. Đúng hơn đây là nhà của bố mẹ chúng tôi. Ngôi nhà này được xây theo kiến trúc Pháp, xung quanh có vườn cây. Nghe nói nó được ông nội chúng tôi cất từ năm 1936. Nhà rộng rãi, thoáng mát. Mùa hè, trời nóng bức nhưng bên trong nhà mát rượi. Chúng tôi không phải dùng đến máy lạnh. Nhưng hiện nay ngôi nhà đã quá cũ kỹ mà chúng tôi lại không có đủ tiền để tu sửa. Hơn nữa, từ nhà chúng tôi đến chỗ làm khá xa, mất nhiều thì giờ.

적절한 집을 찾는 것은 우리의 인생에 있어서 가장 중요한 문제들 중 하나입니다. 한 집에서 살고 있는 사람과 친해져 봅시다.

여기는 저의 집이에요. 더 정확히 여기는 우리 부모님의 집이에요. 이 집은 프랑스 양식으로 지어졌으며 주변에는 정원이 있어요. 듣기로는 이 집은 저희 친할아버지께서 1936년에 지으셨다고 해요. 집은 넓고, 바람이 잘 통해요. 여름에 날씨가 더워져도 집 안은 시원해요. 우리는 에어컨을 사용할 필요가 없어요. 그러나 요즘 우리 집은 너무 낡았는데 보수를 할 돈이 부족한 상태예요. 게다가, 우리집에서 직장까지는 꽤 멀어서 시간이 많이 걸려요.

● 다음 질문에 대한 당신의 의견을 말해 보세요.

1. Theo bạn, mỗi loại nhà ở dưới đây có những ưu và nhược điểm gì?
   당신은 아래 각 집들이 어떤 장점과 단점이 있다고 생각하나요?

Loại nhà 집 종류	Ưu điểm 장점	Nhược điểm 단점
chung cư 아파트		
nhà riêng 개인 주택		
nhà cho thuê 렌트		

2. Bạn thích sống ở loại nhà nào? Tại sao?
   당신은 어떤 종류의 집에서 살고 싶나요? 그 이유는 무엇인가요?

   _____

3. Căn nhà/khách sạn mà bạn đang sống hiện nay có gì tiện hoặc bất tiện cho bạn không?
   Hoặc có gì làm cho bạn thích và có gì làm cho bạn chưa vừa ý không?
   현재 당신이 살고 있는 집/호텔의 편리한 점이나 불편한 점이 있나요? 또는 당신의 마음에 들거나 들지 않는 부분이 있나요?

   _____

4. Bạn có nhận xét gì về kiểu kiến trúc của các ngôi nhà ở Thành phố Hồ Chí Minh?
   호찌민시에 있는 주택들의 건축 양식에 대해 어떤 의견이 있나요?

   _____

곧 결혼을 앞둔 부부가 매매할 집을 찾고 있습니다.

🔊 Track 07_3

Lan	Sáng nay anh có đọc báo không, anh?
Hoàng	Có. Có chuyện gì vậy?
Lan	Anh có xem mục "Rao vặt" về "Nhà đất" không?
Hoàng	À, em muốn nói đến chuyện tìm mua nhà của mình chứ gì. Anh chán lắm rồi.
Lan	Nhưng nhà cửa là chuyện quan trọng cả đời mà. Cưới xong chúng mình ở đâu? Chẳng lẽ nhà ai nấy ở?
Hoàng	Tất nhiên là không rồi. Nhưng để anh nghĩ đã.
Lan	Hay là mình ở nhà thuê được không, anh?
Hoàng	Thuê nhà bây giờ mỗi tháng một, hai triệu là ít. À này, có một chỗ tuy không lớn lắm nhưng rất tiện cho em đi làm. Mất 10 phút thôi.
Lan	Ở đâu vậy, anh?
Hoàng	Quận Tư.
Lan	Vậy hả? Ngày mai anh chở em đi xem thử nghe anh.
Hoàng	Không cần xem. Em biết nhà đó rồi mà.
Lan	Em biết?
Hoàng	Nhà của ba má anh chứ đâu.
Lan	Nhưng mà nhà anh có 12 người. Thêm em nữa thì...

◉ 대화 내용을 바탕으로, 다음 질문에 답해 보세요.

1. Lan là gì của Hoàng?

란은 호앙에게 누구인가요?

_____

2. Họ tìm mua nhà để làm gì?

그들은 무엇을 하기 위해 집을 찾고 있나요?

_____

3. Vì sao Lan nói: "Nhà cửa là chuyện quan trọng cả đời?"

왜 란은 "집은 인생에서 중요한 일이다" 라고 말하나요? (자유롭게 답해보세요.)

_____

4. Vì sao Hoàng không muốn ở nhà thuê?

왜 호앙은 렌트를 하고 싶어 하지 않나요?

_____

5. Lan có thích ở nhà ba má Hoàng không?

란은 호앙의 부모님 댁을 좋아하나요?

_____

1 đã

'~먼저 하다', '~하고 ~하다', '우선 ~부터 하다' 등의 의미로 해석할 수 있으며, 문장의 마지막에 위치합니다. 다른 것을 하기 전 선행되어야 할 것에 대해 말할 때 사용합니다. (보통 요구를 하는 경우에 쓰입니다.)

• Nghỉ một chút đã (rồi hãy đi).

우선 조금 쉽시다 (그 후에 가요).

2 chẳng lẽ

'설마 ~하겠어?', '~할 이유가 없다' 등의 의미로 해석할 수 있으며, 불합리하다고 느끼는 것에 대해 말할 때 사용합니다.

• Nó hỏi vay tiền, chẳng lẽ tôi không cho. ("không cho" là điều phi lý).

걔가 돈을 빌릴 수 있는 지 묻는데, 내가 빌려주지 않을 이유가 없어요. (빌려주지 않는 것이 불합리한 것)

3 tất nhiên là

'당연히 ~이다', '물론 ~이다'라는 의미로, 주로 문장의 맨 앞(또는 문장의 주어 뒤)에 쓰입니다. "반드시 그러해야만 하며, 다른 것은 안 된다"라는 표현입니다.

• Việc đó tất nhiên là nó phải làm rồi.

그 일은 당연히 걔가 해야 해요.

• Tất nhiên là sinh viên thì phải học nhiều hơn chơi.

당연히 학생은 노는 것 보다 공부를 더 많이 해야 해요.

4 **ai nấy**

'누구든', '각자', '저마다' 등의 의미로써, 구문 "...của ai thì người ấy... (누구의 것이든 그 사람의 것)"의 줄임 표현입니다. 각각의 사람들을 모두 일컫을 때 사용합니다.

- Việc ai nấy làm. Tôi không quan tâm.

  누가 무슨 일을 하든지요. 저는 관심없어요.

5 **là ít**

문장의 마지막에 위치하며, '~(은)는 적다', '~이라도 부족하다' 등의 의미입니다. 말하고자 하는 대상의 수량이 부족함을 나타내는 표현입니다.

- Mỗi ngày nó ăn hai tô phở là ít.

  그 아이는 매일 쌀국수 두 그릇을 먹어도 부족해요.

1 제시된 단어들을 문장에서 표시된 부분에 적용하여 말하기 연습을 해 보세요. 🔊 Track 07_4

1. Chẳng lẽ ①nhà ai nấy ở? 설마 각자 집에서 사는 것은 아니죠?

> ①   tiếp tục ở chung với bố mẹ
> dọn nhà đi chỗ khác
> cho thuê bớt một phòng trong nhà

설마 계속 부모님과 같이 사는 것은 아니죠?
설마 다른 곳으로 이사 가는 것은 아니죠?
설마 집에 방 한 칸을 임대하는 건 아니죠?

2. ①Nhưng để anh nghĩ đã. 하지만 먼저 생각 좀 해보고요.

> ①   để tôi đi vay tiền trước
> chị ở tạm nhà tôi vài ngày
> anh nói với chủ nhà trước

먼저 돈을 빌리고요.
언니 우선 며칠 동안 제 집에서 지내요.
먼저 집주인에게 얘기하고요.

3. Tất nhiên là ①không rồi. 당연히 아니죠.

> ① chẳng ai muốn sống ở khu vực mất an ninh cả
> họ phải trả trước ba tháng tiền nhà
> người nghèo được ưu tiên mua trước

당연히 안전하지 않은 지역에서 살고 싶은 사람은 아무도 없어요.
당연히 그들은 3개월치 집세를 먼저 지불해야 해요.
당연히 가난한 사람들이 우선적으로 구매할 수 있어요.

4. ①Thuê nhà bây giờ mỗi tháng một, hai triệu là ít.   요즘 집 렌트는 1~200만동도 부족해요.

> ① Từ chỗ tôi ở đi bằng xe máy đến trường mất nửa tiếng
>
> Với số tiền này có thể xây dựng được 100 phòng học
>
> Dọn dẹp phòng của nó mất 1 tiếng đồng hồ

우리집부터 학교까지 오토바이를 타고 가는 데 최소 30분이에요.

이 돈으로 100개의 교실을 짓기에는 부족해요.

그 아이의 방을 정리하는 데 한 시간도 부족해요.

단어 **phòng học** 교실 | **tạm** 잠깐동안의, 일시적인 | **ưu tiên** 우선의

연습 문제

1 한 청년의 이야기를 들어봅시다.   🔊 Track 07_5

1. Người thanh niên ấy sinh ra và lớn lên ở TP. Hồ Chí Minh, phải không?

   그 청년은 호찌민시에서 태어나고 자랐나요?

   _____

2. Anh ấy phải làm việc bao lâu mới mua được căn nhà đó?

   그는 얼마나 일을 했어야지만 비로소 그 집을 살 수 있었나요?

   _____

3. Nhà của anh ấy thế nào?

   그의 집은 어떤가요?

   _____

4. Anh ấy mua nhà để làm gì?

   그는 무엇을 위해 집을 샀나요?

   _____

5. Vì sao cha mẹ anh ấy không muốn vào TP. Hồ Chí Minh?

왜 그의 부모님은 호찌민시에 오고 싶어하지 않나요?

_____

2 다음 문장이 내용과 일치하면 Đ, 일치하지 않으면 S를 고르세요.

1. Tất cả những đồ đạc trong nhà là của bố mẹ anh ấy cho.　　(Đ/S)

2. Trước khi đến TP. Hồ Chí Minh anh ta rất nghèo.　　(Đ/S)

3. Anh ấy luôn cảm thấy cô đơn.　　(Đ/S)

> 단어 **cô đơn** 외롭다, 홀로

3 그가 가지고 있는 물건에 체크 표시하세요.

| máy lạnh | ☐ | ti vi | ☐ | tủ lạnh | ☐ |
| dàn máy stereo | ☐ | máy vi tính | ☐ | máy giặt | ☐ |

4 이 외에 그의 집에는 또 어떤 물건들이 있나요?

_____

_____

_____

5 빈칸에 알맞은 단어를 〈보기〉에서 골라 써 보세요. 🔊 Track 07_6

| 보기 | đủ / hẹp / bất tiện / giá / căn hộ / chung cư / phòng ăn |

Đây là ¹⁾ _____ của gia đình chúng tôi. Nó nằm ở tầng ba của một

²⁾ _____ cũ, gần trung tâm thành phố. Căn hộ của chúng tôi ³⁾ _____,

chỉ có 36 mét vuông. Phòng khách trong nhà đồng thời cũng là ⁴⁾ _____. Nhà

chúng tôi lúc nào cũng phải mở đèn, mở quạt vì quá tối và quá nóng. Ở chung cư có

nhiều cái ⁵⁾ _____ vì lúc nào cũng ồn ào với ⁶⁾ _____ loại âm thanh và

cầu thang thì luôn dơ bẩn. Có lúc tôi cảm thấy không thể chịu đựng nổi nữa. Tuy nhiên,

chúng tôi không có ý định dọn đi nơi khác, vì ở đây ⁷⁾ _____ thuê nhà rẻ và đi

làm, đi mua sắm, giải trí cũng rất tiện lợi.

> 단어 **cầu thang** 계단 | **dơ bẩn** 더럽다 | **mét vuông** 제곱미터 | **mở (đèn)** (전등을) 켜다 | **ồn ào** 시끄럽다 | **tầng** (건물의) 층 | **trung tâm** 시내

6 아래의 예시와 같이 관련된 단어를 더 써 보세요.

1. Căn (hộ / _____ / _____ / _____)

2. Mở (đèn / quạt / _____ / _____ / _____)

3. Cảm thấy (không thể chịu đựng nổi / _____ / _____)

7 아래의 집에 대한 표를 완성해 보세요. 만약 당신의 집이라면 그 집에는 어떤 방들이 있는지, 각 방에는 어떤 물건을 두고 싶은지 써 보세요.

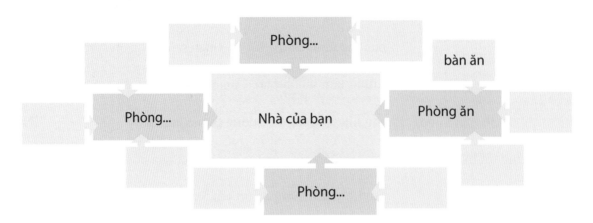

8 "명사 + ai nấy..." 구문을 사용하여 아래 문장을 완성해 보세요.

> 예시 | Nhà của ai thì người ấy/nấy ở.
> 누구의 집이든 그 집에는 그 사람이 살아요.
>
> ➡ Nhà ai nấy ở.
> 누구든 저마다 각자의 집에서 살아요.

1. Xe của ai thì người ấy đi.

   ➡ _____ .

2. Tiền của người nào thì người ấy tiêu.

   ➡ _____ .

3. Phòng của bạn nào thì bạn ấy dọn dẹp nhé.

   ➡ _____ .

4. Việc của em nào thì em ấy phải tự làm đi.

   ➡ _____ .

5. Chuyện của người nào thì người ấy phải lo.

   ➡ _____.

6. Đồ của ai thì người ấy phải giữ.

   ➡ _____.

7. Chén của người nào thì người ấy phải rửa.

   ➡ _____.

단어 chén 그릇

9 **"Tất nhiên là"**를 사용하여 다음 두 문장을 연결했을 때 자연스러운 것을 고르세요.

1. Bà ấy thích sạch sẽ,	( )	a. giá phải rẻ hơn	
2. Nhà ở mặt tiền đường,	( )	b. phải quét dọn nhà mỗi ngày	
3. Nhà ở trong hẻm,	( )	c. giá phải mắc hơn ở nơi khác	
4. Được chỗ ở thích hợp,	( )	d. nóng	
5. Ở khách sạn năm sao,	( )	e. họ vui rồi	
6. Phòng không có máy lạnh,	( )	f. không cần thuê xe ra bãi biển	
7. Khách sạn ở ngay bờ biển,	( )	g. giá thuê phòng cao hơn khách sạn mini	

단어 thích hợp 어울리다, 적합하다

10 문장 끝에 위치하는 단어 "đã"를 사용하여 상대방에게 우선적으로 해야 할 일에 대한 의미의 문장을 만들어 보세요.

> 예시 | **A** Mẹ ơi, con muốn xem ti vi. 엄마, 저는 텔레비전을 보고 싶어요.
>
> **B** Con phải dọn bàn ăn trước **đã**. 너는 테이블을 먼저 정리하렴.

1. **A** Mẹ vào phòng con, được không?

   B _____.

2. **A** Em muốn mua nhà trước khi cưới.

   B _____.

3. **A** Xin phép ông tôi về, muộn rồi.

   B _____.

4. **A** Mình sẽ gắn máy lạnh ở phòng khách trước hả, anh?

   B _____.

5. **A** Nếu mua nhà trả góp ta phải trả trước một năm, phải không?

   B _____.

6. **A** Rút tiền ở ngân hàng ra mình sẽ làm gì?

   B _____.

7. **A** Mua máy giặt trước nhé!

   B _____.

> 단어 **gắn** 달다, 붙이다 | **trả góp** 할부하다

11 아래 문장에 이어질 말을 써 넣어 문장을 완성하세요.

> 예시 | Nó ăn nhiều lắm. Mỗi sáng hai tô phở là ít.
> 그 아이는 정말 많이 먹어요. 매일 아침 쌀국수 두 그릇을 먹어도 부족해요.

1. Tiền thuê nhà _____

   Mỗi tháng họ phải trả hai triệu đồng là ít.

2. Nhà _____

   Đi làm bằng xe máy mất một tiếng là ít.

3. Cao ốc văn phòng đó _____

   Có 50 tầng là ít.

4. Ngôi _____

   Nó được xây cách đây 100 năm là ít.

5. Tốc độ xây dựng ở đây thật _____

   Chỉ trên đường này thôi mà đã thấy có năm, sáu khu nhà cao tầng là ít.

6. Chung cư này _____

   Vì vậy tiền thuê một căn hộ mỗi tháng 2000, 3000 đô là ít.

7. Ông ta đang kinh doanh _____

   Tiền điện và tiền nước mỗi tháng 3, 4 triệu là ít.

단어 **cao ốc** 빌딩, 건물 | **tốc độ** 속도

"là ít"을 사용하여 B의 답변과 일치하는 문장을 만들어 봅시다.

> 예시 | **A** Đi bộ từ đây đến đó xa không? 여기서부터 거기까지 걸어가면 먼가요?
>
> **B** Khá xa. Không dưới mười lăm phút. 꽤 멀어요. 15분 이내는 아닐 거예요.
>
> ➡ Mất mười lăm phút là ít. 15분 이상 걸려요.

1. **A** Nhà anh định thuê bao nhiêu tiền một tháng?

   B Khá cao. Hơn hai triệu một tháng.

   ➡ _____.

2. **A** Ông ấy có lẽ đã ngoài sáu mươi?

   B Không. Có lẽ phải trên bảy mươi tuổi.

   ➡ _____.

3. **A** Hình như phòng khách chỉ có 3 mét vuông.

   B Không phải đâu. Phải hơn bốn mét vuông đấy.

   ➡ _____.

4. **A** Gia đình ông Năm sống ở đây mười lăm năm rồi đấy.

   B Không phải đâu. Ít nhất cũng phải là hai mươi năm.

   ➡ _____.

5. **A** Chúng mình phải tiết kiệm 10 năm mới mua được nhà.

   B Phải 15, 16 năm mới đủ.

   ➡ _____.

6. **A** Người nước ngoài có được mua nhà ở đây không?

   B Được chứ. Nhưng giá một căn hộ phải hơn 50.000 đô đấy.

   ➡ _____.

7. **A** Ở khu này có nhà cho thuê nào vừa có ga ra vừa có vườn rộng không, anh?

   B Có chứ. Có 6, 7 căn.

   ➡ _____ .

13 당신이 살았던 집에 대해 묘사해 보세요. (150자 내외)

_____

_____

_____

_____

_____

_____

_____

_____

_____

Nga đang sống cùng chồng trong ngôi nhà của bố mẹ mình. Ở chung với bố mẹ và ba chị gái có cái tiện là Nga không phải nấu cơm mỗi ngày. Nhưng lúc nào chồng Nga cũng phàn nàn rằng mình không được thoải mái lắm.

Sau khi bàn bạc, Nga quyết định cùng chồng ra ở riêng sau khi mua nhà. Họ sẽ mua một căn nhà. Nhà nhỏ cũng được nhưng phải có điện nước riêng, ở khu yên tĩnh và nhất là không bị ngập nước mỗi khi trời mưa.

Chiều nay sau khi đi xem một số nhà trong mục bán nhà trên báo, Nga vô cùng thất vọng. Có lẽ vợ chồng Nga sẽ chẳng bao giờ mua được một căn nhà vừa ý. Hiện nay một căn nhà nhỏ, ở khu yên tĩnh có giá khoảng 2 tỷ đồng là ít, còn những căn nhà có giá hợp với túi tiền thì Nga lại không thích vì chúng ở xa trung tâm thành phố hoặc nằm trong những khu dân cư ồn ào, phức tạp.

◉ 독해 내용을 바탕으로 다음 질문에 알맞은 대답을 골라보세요.

1. Ý chính của đoạn văn thứ nhất là:
   첫 번째 문단의 주요 내용은 무엇인가요?

   ① Chồng Nga thường phàn nàn về chỗ ở hiện nay của hai vợ chồng. ☐

   ② Lý do khiến Nga muốn mua nhà riêng. ☐

   ③ Nga không cảm thấy bất tiện khi sống chung với gia đình mình. ☐

2. Ý chính của đoạn văn thứ hai là:
   두 번째 문단의 주요 내용은 무엇인가요?

   ① Nga sẽ đồng ý với chồng về việc mua nhà nhưng phải có điều kiện. ☐

   ② Hai vợ chồng Nga nói chuyện với nhau về ngôi nhà họ mơ ước. ☐

   ③ Họ sẽ mua một ngôi nhà để ra ở riêng. ☐

3. Ý chính của đoạn văn thứ ba là:
   세 번째 문단의 주요 내용은 무엇인가요?

   ① Họ đã đi xem một số nhà được quảng cáo trên báo nhưng chưa tìm được
   ngôi nhà vừa ý. ☐

   ② Họ đã đi xem một số nhà được quảng cáo trên báo nhưng giá của những căn
   nhà đó khá cao. ☐

   ③ Một số căn nhà được quảng cáo trên báo nhưng chúng ở khu vực quá ồn ào. ☐

   단어 **khu dân cư** 주택가 | **phàn nàn** 불평하다 | **phức tạp** 복잡하다 | **yên tĩnh** 조용한

Nhà ở cổ truyền của người Việt

Nhà ở cổ truyền của người Việt phản ánh cách thích nghi với môi trường tự nhiên của cư dân nông nghiệp trồng lúa nước: nền nhà cao để đối phó với nước ngập vào mùa mưa; mái nhà cao và dốc để chống dột; hướng nhà thường là hướng nam hoặc đông nam để tránh gió lạnh mùa đông và đón gió mát mùa hè.

Vật liệu xây dựng là vật liệu tự nhiên sẵn có như tre, gỗ, rơm, rạ, cỏ tranh, lá dừa nước, v.v..

Nhà thường có năm gian hoặc ba gian. Nhà ở của những gia đình nghèo thường là nhà tranh vách đất.

Về cách bố trí trong nhà thì gian giữa – phần chính của ngôi nhà – bao giờ cũng là nơi đặt bàn thờ, trước bàn thờ là nơi tiếp khách. Cách bố trí như vậy thể hiện ý thức tôn trọng tổ tiên, tôn trọng những người đã mất và tôn trọng những mối quan hệ với cộng đồng của người Việt.

단어 **cộng đồng** 공공의 | **gỗ** 나무, 목재 | **môi trường** 환경 | **mối quan hệ** 관계 | **nền nhà** 바닥, 방바닥 | **thể hiện** 표현하다 | **tre** 대나무 | **tự nhiên** 자연, 자연의 | **ý thức** 의식

Gia đình

가족

 **학습 Point**

☐ 복수를 나타내는 표현 những

☐ 적은 수량을 표현하기도 하는 có

☐ 부정의 의미를 나타내며, 결코 그럴 수 없음을 나타내는 표현 làm sao ... được

☐ 반박할 수 없는 사실을 긍정하는 표현 còn gì

☐ 해야 할 필요가 없음을 나타내는 표현 làm gì

🌐 **새 단어** *회화문에서 배울 새 단어를 미리 학습해 보세요.

◁)) Track 08_1

biếu 드리다	**con cả** 맏이, 장남, 장녀
bữa cơm gia đình 가족 식사	**không khí** 분위기
cháu chắt 손주	**lo** 걱정하다

◉ Như nhiều người Việt Nam khác, anh sinh viên này xuất thân từ một gia đình có khá đông anh em. Dưới đây là suy nghĩ về hoàn cảnh gia đình của anh ấy. 🔊 Track 08_2

Tôi là con cả trong một gia đình nghèo. Bố mẹ tôi là nông dân ở Bến Tre. Gia đình tôi có đông anh em: ba trai, ba gái. Gia đình có đông anh em rất vui nhưng cũng có lúc rất buồn, luôn có chuyện để lo nghĩ. Từ nhỏ, tôi đã phải làm việc giúp đỡ bố mẹ. Nhờ vậy tôi sớm biết tự lập. Tôi mong sau khi tốt nghiệp đại học, sẽ tìm được việc làm với thu nhập tương đối để giúp đỡ các em ăn học.

◉ 다른 많은 베트남 사람들이 그러하듯, 이 남학생도 꽤 형제가 많은 가정에서 태어났어요. 아래는 그의 가정 환경에 대한 생각입니다.

저는 한 가난한 가정의 장남이에요. 저희 부모님은 벤째의 농부예요. 제 가족은 아들 셋, 딸 셋으로 형제가 많아요. 형제가 많은 가족은 매우 즐겁지만 슬픈 날도 있고, 항상 걱정 해야하는 일들이 있어요. 어릴 때부터 저는 부모님을 도와 일을 해야 했어요. 그 덕분에 저는 일찍 자립했죠. 졸업을 하고 나면, 저는 동생들의 공부를 위해서 소득이 많은 일을 찾고 싶어요.

● 다음 질문에 대한 당신의 의견을 말해 보세요.

1. Theo bạn, những điểm thuận lợi và khó khăn của người là con một và của người có đông anh em là gì?

외동인 집과 형제가 많은 집의 장점과 단점은 무엇인가요?

_____

2. Mỗi gia đình có mấy con là tốt nhất? Vì sao?

각 가족은 몇 명의 자녀가 있는 것이 가장 좋나요? 그렇게 생각하는 이유는 무엇인가요?

_____

3. Từng người trong gia đình có trách nhiệm gì đối với người khác? (cha mẹ đối với con; con đối với cha mẹ; anh chị em đối với nhau.)

각 가족의 구성원들은 서로에게 어떤 책임이 있나요? (자식들에게 부모로써 책임, 부모에게 자식으로써 책임, 형제로써의 책임)

_____

4. Có ý kiến cho rằng bữa cơm gia đình là dịp để mọi người trong nhà gặp nhau, trò chuyện, ăn uống với nhau, và nhờ thế không khí trong gia đình sẽ trở nên tốt hơn. Bạn nghĩ gì về vấn đề này?

식사 시간은 모든 가족이 만나 함께 대화하고, 함께 식사하며 가족간의 분위기를 더 좋게 만들 수 있는 기회의 시간이라는 말이 있어요. 여러분은 이것에 대해 어떻게 생각하나요?

_____

하이 할머니를 찾아 뵈러 간 빈

🔊 Track 08_3

Bình   Bà ơi, cháu đến thăm bà đây này.

Bà Hai   Ai vậy? Phải thằng Hưng đó không?

Bình   Dạ, không phải đâu, bà. Cháu là Bình đây. Bà khỏe không, bà?

Bà Hai   Bình nào vậy? Cháu chắt có những 20 đứa mà bà thì già rồi, lẫn thẫn...

Bình   Bà ơi, bà không nhận ra cháu sao? Cháu là con của Tư Thu, hồi trước ở kế bên nhà bà. Bà nhớ không, bà?

Bà Hai   Con của Tư Thu đây sao? Trời ơi, dạo này cháu lớn quá làm sao bà nhận ra được. Năm, sáu năm rồi còn gì. Ba má cháu dạo này khỏe không?

Bình   Dạ, ba má cháu vẫn khỏe. Chị Hoa, anh Hưng, anh Tuấn có hay về quê thăm bà không, bà?

Bà Hai   Thăm gì mà thăm. Đứa nào cũng bận, lấy đâu ra thời gian mà về thăm bà.

Bình   Cô Út đâu mà cháu không thấy vậy, bà?

Bà Hai   Nó đi chợ, chắc là sắp về rồi. Ngồi uống nước đi, cháu. Lần này cháu về chơi được lâu không?

Bình   Dạ, có một tuần thôi. Cháu sắp thi tốt

nghiệp rồi nên bận lắm. Bà ơi, cháu có cái này biếu bà.

Bà Hai   Cháu đến thăm bà là quý rồi, mua quà làm gì.

Bình   Quà nhỏ mà, bà. Bà nhận cho cháu vui, nghe bà.

⊘ 대화 내용을 바탕으로, 다음 질문에 답해 보세요.

1. Đoạn hội thoại này diễn ra ở thành phố hay ở nông thôn?

이 대화는 도시에서 하고 있나요, 시골에서 하고있나요?

_____

2. Tại sao bà Hai không thể nhớ ra Bình?

왜 하이 할머니는 빈을 알아보지 못했나요?

_____

3. Trước đây Bình sống ở đâu?

예전에 빈은 어디에 살았나요?

_____

4. Cháu chắt của bà Hai có thường về thăm bà ấy không? Tại sao?

하이 할머니의 손주들은 할머니를 잘 찾아 뵀었나요? 그 이유는 무엇인가요?

_____

1 **những**

'những'은 '~들' 이라는 의미로, 수량 앞에 사용하여 말하는 사람의 주관적인 생각에 따라 다수의 양을 표현하기도 합니다.

> • Cháu chắt của bà có những 20 đứa.
>
> 할머니는 손주가 20명 있어요.

2 **có**

'có'는 본래 '있다' 또는 강조의 의미가 있지만, 말하는 사람의 의도에 따라 적은 수량을 나타낼 때에도 사용합니다. 보통 'chỉ có (~(이)가 있을 뿐이다)', 'có...thôi (겨우 ~이다)', 'chỉ có...thôi (겨우 ~일 뿐이다)'의 형태로 결합하여 사용합니다.

> • Cháu nghỉ có một tuần (thôi).
>
> 저는 (겨우) 일주일 쉬어요.

3 **làm sao... được**

'어떻게 ~하겠어' 라는 부정의 의미를 나타내며, 결코 그럴 수 없음을 나타내는 표현입니다.

> • Dạo này cháu lớn quá, làm sao bà nhận ra được.
>
> 이제 정말 많이 컸구나, 할머니가 어떻게 알아볼 수 있겠니.

4 **còn gì**

문장의 마지막에 위치하여 '~잖아', '더이상 ~할 게 없다', '더이상 ~할 필요 없다' 등의 의미를 나타내며, 반박할 수 없는 사실을 나타내는 표현입니다.

- Chúng ta không gặp nhau năm, sáu năm rồi còn gì. Làm như vậy hỏng hết còn gì.

  우리는 5, 6년 째 만나지 않았잖아. 그럼 더이상 끝일 수 밖에 없지.

5 **làm gì**

문장의 마지막에 위치하여 '~해서 뭐해', '뭐하러 ~해' 라는 의미이며, 말하고자 하는 대상에 대해 해야 할 필요가 없음을 나타내는 표현입니다.

- Cháu mua quà làm gì.

  선물은 뭐하러 사니.

1 제시된 단어들을 문장에서 표시된 부분에 적용하여 말하기 연습을 해 보세요. 🔊 Track 08_4

1. ①Dạo này cháu lớn quá **làm sao** ②bà nhận ra **được**.
요즘 네가 너무 커서 할머니가 어떻게 알아보겠니.

> ① bố mẹ xem video suốt ngày
> anh chị em một nhà
> đám cưới chị Ba

> ② con cái học
> không giúp nhau
> không về dự

부모님이 하루종일 비디오를 보는데 제가 어떻게 공부를 하겠어요.
형제가 한 집에 있는데 어떻게 서로 도와 주지 않니.
바 언니 결혼식인데 어떻게 참석을 하지 않겠어.

2. ①Cô Út **đâu mà** ②cháu không thấy **vậy?** 웃 고모는 어디 계시길래 뵐 수가 없나요?

> ① bà xã
> ông xã nói gì
> gia đình nó có chuyện gì

> ② anh phải đi chợ
> chị khóc
> nó có vẻ lo lắng

아내분은 어디 계시길래 형이 시장에 가야해요?
남편분이 무슨 말을 했길래 언니는 울어요?
그 가족에게 무슨 일이 있길래 그 애가 걱정이 있는 것 같아요?

3. ①Mua quà **làm gì**. 뭐하러 선물을 샀어요.

> ① hỏi chuyện gia đình nó
> tổ chức sinh nhật thật lớn
> đánh con

뭐하러 그 아이의 가족 일을 물어봐요.
뭐하러 생일 파티를 그렇게 크게 해요.
뭐하러 자녀를 때리겠어요.

단어 **bà xã** 아내 | **dự** 참가하다, 참석하다

연습 문제

1 한 여성의 어린 시절에 대한 이야기를 들어보세요. 🔊) Track 08_5

1. Đánh số các chủ đề từ 1 đến 3 theo thứ tự mà người phụ nữ nói đến.
   여자가 말한 내용을 순서에 맞게 번호를 써 보세요.

   - Cãi nhau với chị gái   _____

   - Được mẹ hứa cho đi Đà Lạt   _____

   - Những việc nhà phải làm   _____

2. Dựa vào bài nghe, chọn câu đúng.   이야기를 듣고, 옳은 문장을 선택하세요.

   ① Nhà chị ấy có 5 người. (Đ/S)

   ② Tất cả các thành viên trong gia đình đều phải làm việc nhà. (Đ/S)

   ③ Thỉnh thoảng những đứa trẻ cãi nhau. (Đ/S)

   ④ Hai chị em gái giúp anh trai làm việc nhà. (Đ/S)

   ⑤ Hàng năm, gia đình họ thường đi nghỉ hè ở Đà Lạt. (Đ/S)

   ⑥ Cả gia đình thường chơi thể thao với nhau. (Đ/S)

3. Trả lời các câu hỏi sau.   다음 질문에 답해보세요.

   ① Các loại công việc nhà mà người phụ nữ trong bài đề cập đến là gì?

   _____

   ② Những việc nhà chị gái thường làm là gì? Anh trai thường làm gì?

   _____

   ③ Hãy kể tên bốn môn thể thao giải trí được nói đến trong bài?

   _____

   단어 cãi 말싸움하다

2 '미니 독해'의 글을 읽고, 해당 단어를 설명하는 칸에 체크 표시하세요.

	con cả	từ nhỏ	tự lập	thu nhập
từ khi còn nhỏ 어릴 때부터				
tiền thu được hàng tháng hoặc hàng năm 매달 또는 매년 얻게 되는 돈				
con lớn nhất 가장 큰 자녀				
tự mình lo cho cuộc sống của mình 자신의 삶을 스스로 걱정하다				

3 다음 가족관계에 대한 단어와 같은 의미의 단어를 써 보세요.

1. bố của bố   =   _____

2. anh trai của bố   =   _____

3. mẹ của mẹ   =   _____

4. em gái của mẹ   =   _____

5. con của anh trai   =   _____

6. em trai của mẹ   =   _____

4 다음 괄호 안에 주어진 단어를 사용하여 아래 질문에 대한 답변을 써 보세요.

> 예시 | **A** Anh chưa đến thăm mẹ vợ à? (…còn gì) 형은 아직 장모님을 찾아 뵙지 않았어요?
>
> **B** Tối qua tôi đã đến thăm rồi còn gì. 어제 저녁에 방문했잖아.

1. **A** Bà ngoại bị bệnh. Chị không gọi điện hỏi thăm sao? (…còn gì)

   B _____

2. **A** Anh cho con tiền ăn sáng chưa? (…còn gì)

   B _____

3. **A** Anh có muốn tôi thuyết phục vợ anh một lần nữa không? (…làm gì)

   B _____

4. **A** Bố ơi, bố mua quà cho sinh nhật cho mẹ chưa? (...còn gì)

   B _____

5. **A** Trước khi con ngủ, em cho con uống thuốc ho chưa? (…còn gì)

   B _____

단어 gọi điện 전화하다 | thuyết phục 설득하다

5 다음 두 문장을 연결했을 때 자연스러운 것을 고르세요.

1. Chị không nhận ra tôi cũng đúng thôi. ( )	a. Nhưng sau chuyển đi đâu không biết.
2. Hồi trước cô ấy sống ở đây. ( )	b. Lấy đâu ra thời gian để đi chơi.
3. Nhà anh ấy đông anh em lắm. ( )	c. Mười mấy năm rồi còn gì.
4. Anh em tôi có nhiều việc để làm. ( )	d. Có những 12 người.
5. Chị ấy không muốn sinh nữa. ( )	e. Vì có hai đứa rồi còn gì.

단어 chuyển 보내다, 움직이다

6 괄호 안에 제시된 내용을 참고하고, 'làm gì' 또는 'còn gì'를 사용하여 아래 문장을 다시 써 보세요.

1. Anh đừng viết thư cho cô ấy nữa. (Cô ấy có gia đình rồi.)

   _____

2. Hai đứa cháu của tôi không cần đi học bơi.

   _____

3. (Các con chị đã lớn.) Chị đừng lo cho chúng nữa.

   _____

4. (Vợ chồng Anh Hùng đang sống chung với bố mẹ.) Họ không muốn mua một căn nhà để ở riêng.

   _____

5. Chúng tôi đã gửi thiệp đám cưới cho họ hàng ở nước ngoài rồi.

   _____

단어 **thiệp đám cưới** 청첩장

7 "những"을 사용하여 B의 말이 다수의 양을 나타내도록 다음 대화를 완성해 보세요.

예시 | **A** Chị ơi, em lấy đâu ra quần áo mới để đi dự tiệc sinh nhật anh Nam đây.
언니, 나는 날씨의 생일파티에 입고 갈 새 옷이 없어.

B Em có những tám, chín bộ mà còn kêu là không có quần áo sao.
너는 옷이 8, 9벌이나 있으면서 없다고 말하는 거니.

1. **A** Anh ta không có tiền để tổ chức đám cưới.

   B Anh nhầm rồi. Anh ta _____

2. **A** Mấy năm rồi nó chỉ viết được mỗi một lá thư cho người cô ruột thôi.

   B Không đúng _____

3. **A** Nghe nói họ hàng, bà con của anh ấy đông lắm.

   B Vâng. _____

4. **A** Ôi! Con trai, con gái, con dâu, con rể của ông Ba đều sống chung một nhà à?

   B Vâng. _____

5. **A** Bà ấy sinh tám lần thì cả tám đều là con gái nên lần này bà ấy mong con trai lắm.

   B Thật ? Bà ấy có _____

6. **A** Tháng này tôi phải đi dự ba, bốn cái đám cưới. Chán thật.

   B Ôi! Tôi cũng _____

단어 con dâu 며느리 | con rể 사위 | cô ruột 고모

8 아래 주어진 상황을 보고, "...làm sao ...được"을 사용하여 절대로 불가능함을 나타내는 문장을 만들어 보세요.

Tình huống 상황	Ý kiến của bạn 나의 의견
1. Tuyết nói là không nhớ nhà. Nhưng cô ấy trông không được vui.	Làm sao cô ấy không nhớ nhà được.
2. Nghe tin bố bị bệnh, mọi người đều rất lo lắng.	
3. Anh ta nói là cô Nga yêu anh ta lắm.	
4. Ông Chín có nhiều con cháu. Nhưng hình như ông ấy không thương ai cả.	
5. Con trai chị Thu mới 9 tháng tuổi nhưng nặng đến 35kg.	
6. Họ lấy nhau được ba tháng thì ly dị.	
7. Anh ta từ chối không nhận phần tài sản bố mẹ để lại	
8. Kim nói là sau khi lập gia đình, cô ấy vẫn muốn sống cùng bố mẹ.	

단어 **tài sản** 재산 | **từ chối** 거절하다

9 부모님과 함께 살았을 때 가장 기억에 남는 추억에 대해 묘사해 보세요. (150자 내외)

_____

_____

_____

_____

_____

_____

_____

_____

Ngày nay, gia đình lý tưởng theo nhiều người là gia đình có một đến hai con. Một trai, một gái là tốt nhất. Vậy mà bà xã tôi nhất định không chịu hiểu. Bà ấy chỉ sinh cho tôi một đứa con gái rồi cho rằng thế là đủ. Bà xã tôi nêu ra đủ các lý do, nào là bận rộn công việc cơ quan, nào là chăm sóc một đứa nhỏ là quá đủ, nào là thêm một đứa nữa thì tôi có chịu thức đêm thức hôm để chăm sóc cho đến khi đứa bé tròn một tuổi không, v.v.. Thú thật thức đêm để xem bóng đá đến hai, ba giờ sáng thì tôi thừa khả năng, nhưng thức đêm để thay tã hoặc pha sữa cho con thì tôi chịu. Tôi rất ngại khi phải nghe tiếng trẻ con khóc. Trước đây khi bà xã tôi sinh con đầu lòng thì tôi tha hồ ung dung với vai trò của kẻ "độc thân có vợ", vì tất cả mọi việc đã có mẹ vợ tôi lo, "con so về nhà mẹ" mà. Nhưng giờ đây, nếu một mình phải làm tất cả thì chắc là tôi đành phải chịu thua bà xã.

단어 **con đầu lòng** 첫아이 | **cơ quan** 조직, 기관 | **mẹ vợ** 장모 | **ngại** 두렵다, 걱정하다 | **tã** 기저귀 | **thức đêm thức hôm** 늦게까지 깨어 있다

✅ 위 내용과 일치하는 의견을 찾아보세요.

1. Anh ta rất mong có con trai. ☐

2. Vì quá bận rộn với công việc, vợ anh ta không thể chăm sóc con gái được. ☐

3. Anh ta thường thức khuya để xem bóng đá. ☐

4. Vợ anh ta muốn có thêm một đứa con nữa. ☐

5. Khi sinh con đầu lòng, vợ anh ta về sống ở nhà mẹ ruột. ☐

6. Anh ta rất ngại khi phải chăm sóc con nhỏ. ☐

🔍 Tip! ▪ "con so về nhà mẹ"는 북부 쪽에 있는 풍습입니다. 첫 아이를 낳으면 친정에 데려가 돌보고, 둘째 아이부터는 남편 쪽 집에서 돌보는 풍습이 있습니다.

Gia đình truyền thống của người Việt

Gia đình truyền thống của người Việt là loại gia đình hạt nhân gồm có vợ chồng và các con. Gia đình hạt nhân của người Việt truyền theo dòng bố, con cái mang họ của bố. Cũng thường thấy là loại gia đình hạt nhân mở rộng, bao gồm cả bố mẹ già và anh em chưa lập gia đình của người chồng, thường là con trai trưởng (ở miền Bắc và miền Trung) hay con trai út (ở miền Nam) Mặc dù gia đình truyền thống của người Việt là gia đình phụ quyền nhưng vị trí của người phụ nữ trong gia đình cũng rất được coi trọng. Người vợ cùng chồng tham gia lao động sản xuất, bàn bạc công việc trong gia đình và là người "nắm tay hòm chìa khóa". Đặc biệt phụ nữ đóng vai trò chính trong hoạt động tiểu thương nghiệp. Đâu đâu cũng thấy hình ảnh buôn bán tảo tần của các bà, các cô.

Quanh năm buôn bán ở mom sông

Nuôi đủ năm con với một chồng.

(Thương vợ – Tú Xương) Các gia đình liên kết với nhau theo họ nội tạo thành tổ chức họ, gọi là dòng họ hay gia tộc.

단어 **bàn bạc** 논의하다 | **đâu đâu** 어디든지 | **mở rộng** 확대하다, 넓히다

Kỳ nghỉ

휴가

Bài 9

 **학습 Point**

☐ 뒤에 언급할 내용과 직접적인 관계가 있는 대상을 나타내는 표현 đối với

☐ 새로운 제안이나 방법을 제시하는 표현 hay là

☐ 상대방의 말을 부정할 때 사용하는 표현 gì mà

☐ 반대되는 상황을 나타내는 표현 chứ

 **새 단어** *회화문에서 배울 새 단어를 미리 학습해 보세요.

🔊 Track 09_1

du lịch trọn gói 패키지 여행	**tắm nắng** 일광욕 하다
gián 바퀴벌레	**tận hưởng** 즐기다, 누리다
leo 오르다	**thỏa thích** 마음껏, 실컷
nắng 햇볕이 잘 드는	**thợ** 손으로 하는 직업 앞에 붙는 말
ngạc nhiên 놀라다	**trong lành** 맑다, 신선하다
phòng ốc 방	**trống** 비어 있다
phương tiện đi lại 교동수단	**tuyệt vời** 멋지다, 훌륭하다

● Người đàn ông rất thích đi nghỉ mát ở Nha Trang. Bạn có biết tại sao không? 🔊 Track 09_2

Tôi và gia đình tôi thường đi Nha Trang tắm biển vào mùa hè. Ở đó, chúng tôi tận hưởng không khí trong lành, bơi lội thỏa thích. Tôi không thích nắng nhưng tôi thấy có nhiều người nước ngoài nằm tắm nắng một cách rất thoải mái.

Đối với tôi, buổi chiều ngồi uống cà phê nhìn ra biển là một điều tuyệt vời hơn cả.

● 남성들은 냐짱으로 휴가를 가는 것을 매우 좋아해요. 당신은 그 이유를 아시나요?

저와 제 가족은 여름에 보통 냐짱으로 해수욕을 하러 갑니다. 그곳에서 우리는 맑은 공기와 수영을 마음껏 즐길 수 있어요. 저는 더운 것은 싫지만 많은 외국인이 정말 자유롭게 일광욕을 즐기는 모습을 볼 수 있어요.

저에게 있어서, 오후에 앉아서 커피를 마시며 바다를 바라보는 것은 무엇보다도 멋진 일이에요.

● 다음 질문에 대한 당신의 의견을 말해 보세요.

1. Cho biết về kỳ nghỉ vừa rồi của bạn hoặc một kỳ nghỉ mà bạn còn nhớ. (Bạn đã đi đâu, vì sao bạn đi nghỉ ở đó mà không đi nơi khác, phương tiện đi lại là gì, điều bạn thích nhất trong kỳ nghỉ đó là gì?)

   지난 휴가 또는 기억에 남는 휴가에 대해 말해주세요. (어디로 갔는지, 왜 다른 곳이 아닌 그곳으로 휴가를 갔는지, 교통수단은 무엇인지, 그 휴가에서 가장 좋았던 점은 무엇인지?)

   _____

2. Theo bạn, khi đi du lịch trọn gói có thể gặp những điểm bất lợi hoặc thuận lợi gì? Còn khi đi "du lịch balô" bạn thấy có những gì thuận lợi hoặc bất lợi? Ở Việt Nam, bạn thích đi du lịch theo kiểu nào?

   패키지 여행은 어떤 장단점이 있나요? "배낭 여행"을 갈 때에는 어떤 장단점이 있나요? 베트남에서 당신은 어떤 스타일의 여행을 하고 싶나요?

   _____

3. Theo bạn, người ta đi nghỉ để làm gì? Ở nước bạn, người ta thường đi nghỉ ở đâu (biển, vùng núi, v.v.)?

   사람들은 무엇을 위해 휴가를 가나요? 당신의 나라에서, 사람들은 보통 어디로 휴가를 가나요(바다, 산 등)?

   _____

한 오래된 호텔의 리셉션에서

🔊 Track 09_3

Hòa	Cô ơi, cho trả phòng.
Tiếp tân	Ủa, sao vậy anh? Anh thuê phòng đến thứ hai tuần sau mà.
Hòa	Phòng ốc như vậy thì làm sao tôi ở được? Máy lạnh thì kêu rè rè, nước nóng đang tắm thì biến thành nước lạnh, tivi thì có hình mà không có tiếng...
Tiếp tân	Dạ, xin lỗi anh. Anh thông cảm. Để em kêu thợ tới sửa ngay bây giờ.
Hòa	Trong khi chờ họ sửa thì tôi đi đâu đây? Chẳng lẽ cô muốn tôi đi vòng vòng dưới trời nắng?
Tiếp tân	Dạ, em đâu có ý đó. Anh thông cảm giùm. Hay là để em xem lại còn phòng nào trống đổi cho anh.
Hòa	Thông cảm cho cô thì ai thông cảm cho tôi? Tối qua tôi có ngủ được chút nào đâu. Khách sạn gì mà toàn là gián.
Tiếp tân	Dạ, chắc là vì mấy bữa nay trời mưa nên mới có gián, chứ mấy bữa trước…
Hòa	Thôi, thôi. Cô đừng có nói thêm gì nữa. Bây giờ cô tính đổi cho tôi phòng nào đây?
Tiếp tân	Dạ, phòng 405.
Hòa	Ủa, sao cho tôi leo cao dữ vậy?
Tiếp tân	Dạ, anh thông cảm giùm. Hôm nay khách sạn chỉ còn một phòng trống thôi. Ngày mai có khách trả phòng, em sẽ đổi phòng tốt cho anh.

● 대화 내용을 바탕으로, 다음 질문에 답해 보세요.

1. Vì sao cô tiếp tân ngạc nhiên khi nghe khách nói muốn trả phòng?

   리셉션 직원은 방을 나간다는 얘기를 들었을 때 왜 놀랐나요?

   _____

2. Có những lý do gì khiến anh ấy muốn trả phòng?

   그가 방을 나가고 싶은 이유들은 무엇인가요?

   _____

3. Cô tiếp tân giải thích vì sao trong khách sạn có gián?

   리셉션 직원은 호텔에 바퀴벌레가 있는 이유를 어떻게 설명했나요?

   _____

4. Theo bạn, anh ấy có tiếp tục ở lại khách sạn hay không? Vì sao bạn nghĩ như vậy?

   당신의 생각에 그는 호텔에 계속 있을 것 같나요? 그렇게 생각하는 이유는 무엇인가요?

   _____

1 đối với

"đối với"는 '~에게 있어서', '~에게는' 이라는 의미로, 사람 또는 사물에 대해 뒤에 언급할 내용과 직접적인 관계가 있는 대상임을 나타내는 표현입니다.

• Đối với anh ta, tình yêu là điều quan trọng nhất. (Trong ví dụ này, "anh ta" là đối tượng có quan hệ trực tiếp với điều được nói đến là "tình yêu") "Đối với" khác "theo". "Theo" có nghĩa là "dựa vào, căn cứ vào một nguồn tin hay một ý kiến nào đó".

그에게 있어서, 사랑은 가장 중요한 것이에요. (이 예시에서 볼 수 있듯, "그"는 뒤에 말하는 "사랑"과 직접적인 관계가 있습니다.) "Đối với"는 "Theo"와는 다릅니다. "Theo"의 의미는 "어떠한 의견이나 정보에 대해 근거를 두고 말할 때" 사용합니다.

---

2 hay là

'또는', '혹은', '~하거나', '아니면' 이라는 뜻으로 보통 문장의 앞에 위치하여, 새로운 제안이나 방법을 제시할 때 사용합니다.

• Anh không thích ăn cơm hả? Hay là chúng ta đi ăn phở đi!

밥 먹기 싫다고요? 아니면 우리 쌀국수 먹으러 가요!

---

3 **gì mà**

'무슨 ~이길래', '뭐가 이렇게' 등의 의미를 가지고 있으며 명사 뒤에 위치합니다. 상대를 나무라거나 상대의 말을 부정할 때 사용합니다.

- Nhà hàng gì mà nấu ăn dở quá.

  무슨 레스토랑 이길래 이렇게 음식을 못 해요.

4 **chứ**

구어체에서 사용하며 '~(이)가 아니라', '~(와)과 달리' 등의 의미를 가지고 있으며, 반대되는 상황에 대해 말할 때 사용합니다.

- Hôm nay trời lạnh, chứ hôm qua trời còn nóng lắm.

  어제 날씨가 정말 더웠던 것과 달리 오늘은 날씨가 추워요.

1 제시된 단어들을 문장에서 표시된 부분에 적용하여 말하기 연습을 해 보세요.   🔊 Track 09_4

1. ① Anh thuê phòng đến thứ hai tuần sau mà.   다음주 월요일까지 방을 빌리셨잖아요.

> ①
> Khách sạn đó ở ngã tư thứ ba
> Cô tiếp tân là người quen của anh Nam
> Khách sạn báo hết phòng từ tuần trước

그 호텔은 세 번째 사거리에 있잖아요.
리셉션 직원은 남 씨가 잘 아는 사람이잖아요.
호텔은 지난 주부터 방이 없다고 했잖아요.

2. ① Phòng ốc như vậy thì ② làm sao tôi ở được.   이런 방인데 제가 어떻게 있을 수 있겠어요.

> ①
> trong phòng có chuột
> không có nước
> đi nghỉ mà mang theo con nhỏ

> ②
> làm sao chúng tôi ngủ được
> tắm sao được
> làm sao thoải mái được

쥐가 있는 방인데 우리가 어떻게 잘 수 있겠어요.
물이 안 나오는 데 어떻게 샤워를 하겠어요.
어린 아이를 데리고 휴가를 가는 데 어떻게 편할 수 있겠어요.

3. ① Em đâu có ② ý đó.   저는 그런 의도가 전혀 아니에요.

> ①
> hôm nay biển
> họ
> chúng tôi

> ②
> động
> biết bơi
> thuê áo bơi

오늘 바다는 전혀 붐비지 않아요.
그들은 수영을 하나도 몰라요.
우리는 절대 수영복을 빌리지 않아요.

4. ①Khách sạn gì mà ②toàn là gián. 무슨 호텔이 이렇게 바퀴벌레가 가득한지.

①	②
Bãi biển giá vé máy bay xe	vắng vẻ quá đắt thế chật chội quá

무슨 바다가 이렇게 한산한지.

무슨 비행기 티켓이 이렇게 비싼지.

무슨 차가 이렇게 좁은지.

> 단어 **áo bơi** 수영복 | **bãi biển** 바다, 해변 | **chật chội** 좁다 | **vắng vẻ** 한산하다, 한적하다

연습 문제

1 한 청년이 자신의 여행에 대해 말하는 것을 듣고, 1~4번까지 질문에 답해 보세요. 🔊 Track 09_5

1. Anh ta thích:

   그가 좋아하는 것은?

   ① đi du lịch với em trai   ② đi du lịch trọn gói

2. Vừa rồi, anh ấy đi du lịch một tuần ở:

   최근, 그가 일주일간 여행을 다녀온 곳은?

   ① Buôn Ma Thuột   ② Đà Lạt

3. Ở Bản Đôn, anh ấy đã:

   반돈에서, 그가 한 것은?

   ① tham quan hồ Lắk   ② cưỡi voi

4. Theo anh ấy, giá của chuyến du lịch:

   그의 생각에 여행의 가격은?

   ① rất đắt   ② khá rẻ

> 단어 **tham quan** 관광하다, 구경하다

2 다음 대화를 듣고, 5~8번까지 질문에 답해 보세요. Track 09_6

5. Hà đã đi Huế khi nào? Đi với ai?

하는 후에에 언제 갔었나요? 누구와 갔나요?

_____

6. Tại sao hồi chiều người vợ không chuẩn bị hành lý?

왜 오후까지 그녀는 짐을 싸지 않았나요?

_____

7. Anh ấy muốn đi du lịch ở đâu? Muốn đi ngày nào? Vì sao đi ngày ấy không được?

그는 어디로 여행가고 싶어하나요? 며칠에 가고 싶어하나요? 왜 그날 갈 수 없나요?

_____
_____

8. Anh ấy muốn đi du lịch nước ngoài với mục đích gì?

그는 어떤 목적으로 해외여행을 가고 싶어하나요?

_____

단어 **hành lý** 짐

3 바다로 여행가기 전입니다. 예를 들면 냐짱과 같은 곳 말이죠. 당신은 무엇을 준비할 것인가요? 여러분이 아는 단어와 표현을 나열해 보세요.

Áo tắm, thuốc cảm _____
_____
_____
_____

4 여러분 나라의 기념일 이름을 알려주세요.

_____

_____

_____

_____

_____

_____

_____

_____

5 당신은 호텔을 미리 예약하려고 하는데, 그 방이 당신의 마음에 꼭 들어야 하는 상황이에요. 당신이 원하는 호텔이나 방에 대해 "nên"을 사용하여 5가지 조건을 말해 보세요.

(예시: Khách sạn nên gần Biển. 호텔은 바다와 가까운 것이 좋아요.)

1. _____

2. _____

3. _____

4. _____

5. _____

6 다음과 같은 상황에서 당신은 집주인이나 호텔 직원에 뭐라고 말을 할 수 있나요?

> 예시 | Vòi nước nóng trong phòng tắm không hoạt động.
> 욕실에 온수 수도꼭지가 작동하지 않아요.
>
> ➡ Cô ơi, làm ơn sửa giùm vòi nước nóng.
> 저기요, 온수 수도꼭지 좀 고쳐주세요.

1. Không thể gọi điện thoại từ trong phòng.

   ➡ _____

2. Có nhiều kiến trong phòng.

   ➡ _____

3. Máy lạnh kêu to quá.

   ➡ _____

4. Bạn muốn đăng ký vé tàu đi Huế nhưng không biết làm thế nào.

   ➡ _____

5. Bạn muốn tiếp tân đánh thức bạn dậy lúc 4 giờ sáng.

   ➡ _____

단어 **đánh thức** 깨우다 | **kiến** 개미

7 "Đối với..."를 사용하여 뒤에 나올 문제에 대해 당신의 의견을 표현하는 대화를 완성해 보세요.

예시 | **A** Tắm Biển vào buổi chiều là tốt nhất. Chẳng sợ bị đen. Anh có nghĩ thế không?
오후에 해수욕을 하는 게 가장 좋아요. 피부가 탈 걱정을 하지 않아도 돼요. 당신은 그렇게 생각하나요?

B <u>Đối với</u> tôi, buổi chiều ngồi uống cà phê nhìn ra biển là một điều tuyệt vời hơn cả.
저에게 있어서, 오후에 앉아서 커피를 마시며 바다를 바라보는 것은 무엇보다도 멋진 일이에요.

1. **A** Tôi thường nghe người ta nói: "Có tiền là có hạnh phúc." Bạn có nghĩ như vậy không?

   B _____

2. **A** Anh John rất thích đi du lịch bằng xe lửa. Còn bạn thì sao?

   B _____

3. **A** Lần đầu tiên đi du lịch nước ngoài một mình, chị có ngại không?

   B _____

4. **A** Tôi rất thích mùa hè. Còn chị?

   B _____

8 반대인 상황을 나타내는 단어 "chứ"를 사용하여 아래 문장을 다시 써 보세요.

> 예시 | Ở đây chỉ còn phòng vào ngày 15, ngày 14 thì hết rồi.
> 여기는 15일에만 빈 방이 있고, 14일은 다 찼어요.
>
> ➡ Ở đây ngày 15 thì còn phòng chứ ngày 14 thì hết rồi.
> 여기는 14일은 방이 다 찬 것과 달리 15일은 빈 방이 있어요.

1. Kỳ nghỉ do công ty tổ chức lần này có cả chồng cô Lan cùng đi. Lần trước không có anh ấy.

   ➡ _____

2. Đi du lịch ba lô thì rẻ. Còn đi du lịch trọn gói thì mắc hơn.

   ➡ _____

3. Tôi chỉ có thẻ điện thoại trong nước, không có thẻ điện thoại gọi ra nước ngoài.

   ➡ _____

4. Công ty du lịch đó chỉ giảm giá cho các nhóm 3, 4 khách. Còn những người đi một mình như tôi thì vẫn phải trả theo giá bình thường.

   ➡ _____

5. Từ ngày mùng hai Tết trở đi số người đăng ký vé đi Đà Lạt rất đông. Còn những ngày trước đó thì rất vắng.

   ➡ _____

단어 du lịch ba lô 배낭 여행

9 "gì mà"를 사용하여 다음의 상황에 대해 불평하는 말을 써 보세요. (필요 시 단어 생략 가능)

> 예시 | Khách sạn có nhiều gián.
> 호텔에 바퀴벌레가 많아요.
>
> ➡ Khách sạn gì mà nhiều gián thế.
> 무슨 호텔이 이렇게 바퀴벌레가 많은 건지.

1. Giá cho thuê xe ở đây cao hơn những nơi khác.

   ➡ _____

2. Khách sạn có ít phòng đơn.

   ➡ _____

3. Giá thuê phòng mỗi năm mỗi tăng.

   ➡ _____

4. Chương trình tham quan Đồng bằng sông Cửu Long lần này khá nghèo nàn.

   ➡ _____

5. Đường đến chỗ nghỉ mát quá xấu.

   ➡ _____

6. Họ đi du lịch nhưng quá tiết kiệm, chẳng dám tiêu xài gì cả.

   ➡ _____

7. Nhà nghỉ này bị cúp điện hai ngày rồi.

   ➡ _____

단어 chương trình tham quan 관광 프로그램 | cúp điện 정전되다 | Đồng bằng sông Cửu Long 메콩 델타 |
nghèo nàn 열악하다 | phòng đơn 싱글룸 | tiết kiệm 절약하다

10 새로운 제안이나 방법을 제시하기 위해 다음 이어질 말을 완성해 보세요.

> 예시 | **A** Các bạn ơi, khách sạn này chẳng còn phòng nào trống đâu.
> 여러분, 이 호텔은 남아 있는 빈 방이 없어요.
>
> **B** <u>Hay là</u> chúng ta tìm khách sạn khác.
> 아니면 우리 다른 호텔을 찾아봅시다.

1. **A** Em hỏi rồi, công ty đó không tổ chức các chuyến du lịch ngắn ngày.

   B Hay là _____

2. **A** Giá thuê phòng ở các khách sạn trong trung tâm thành phố khá cao.

   B Hay là _____

3. **A** Năm nay chúng ta được nghỉ Tết hơn hai tuần đấy.

   B Hay là _____

4. **A** Tôi nhớ chuyến đi Cần Thơ năm ngoái, thật là vui.

   B Hay là _____

5. **A** Nghe nói công viên đó chẳng có gì hay.

   B Hay là _____

6. **A** Dạo này đi du lịch nước ngoài khá rẻ.

   B Hay là _____

7. **A** Năm sau chúng ta cùng về hưu cả.

   B Hay là _____

8. **A** Gia đình ông Tư sẽ đi nghỉ ở Đà Lạt cuối tuần này.

   B Hay là _____

11 베트남에 사는 동안 가장 기억에 남는 휴가에 대해 써 보세요. (150자 내외)

_____

_____

_____

_____

_____

_____

_____

_____

Gia đình ông Tư chuẩn bị đi nghỉ hè ở Huế. Bà con lối xóm ngạc nhiên khi thấy ông Tư quyết định đi nghỉ xa như vậy, nhưng đối với ông Tư thì Huế là nơi đáng để đi du lịch nhất nếu như có điều kiện.

Lý do là vì quê nội của ông ở Huế, bố ông sinh ra ở Huế, nhưng chưa bao giờ ông có dịp về thăm quê hương. Có lần mấy "o" của ông ở Huế vào Thành phố chơi, trách ông: "Con cháu chi mà chẳng bao giờ về thăm nhà thờ tổ tiên cả." Thật ra có bao giờ ông quên Huế đâu. Những bài hát về Huế bao giờ cũng làm ông xúc động. Xem tivi, hễ có chương trình giới thiệu về đất nước con người ở Huế là ông ngồi xem cho đến hết.

Ông dự định khi ra đến Huế, ngoài việc thăm viếng bà con dòng họ, ông sẽ cùng gia đình đi thăm một số thắng cảnh ở Huế như Thành Nội, lăng Minh Mạng, lăng Khải Định, điện Hòn Chén, v.v. Ông sẽ thuê một chiếc thuyền nhỏ thả dọc theo con sông Hương thơ mộng vào một đêm trăng sáng, tất nhiên là cùng với vợ, vì vợ ông có chịu rời khỏi ông nửa bước đâu.

단어 **bài hát** 노래 | **đáng** ~할 가치가 있다 | **thơ mộng** 시적인 | **thuyền** 배 | **xúc động** 뭉클하다, 감동하다

☑ 독해 내용을 바탕으로 다음 질문에 알맞은 대답을 골라보세요.

1. Ý chính của đoạn văn thứ nhất là:
   첫 번째 문단의 주요 내용은 무엇인가요?

   ① Ông Tư có điều kiện đi Huế. ☐

   ② Chuyến đi du lịch sắp tới của ông Tư làm mọi người ngạc nhiên. ☐

   ③ Nếu có điều kiện ông Tư sẽ đi du lịch ở Huế. ☐

2. Ý chính của đoạn văn thứ hai là:
   두 번째 문단의 주요 내용은 무엇인가요?

   ① Ông Tư có nhiều họ hàng ở Huế. ☐

   ② Các chương trình về Huế làm ông Tư thích thú. ☐

   ③ Lý do khiến ông Tư về Huế du lịch. ☐

3. Ý chính của đoạn văn thứ ba là:
   세 번째 문단의 주요 내용은 무엇인가요?

   ① Ông Tư không thích đi du lịch với vợ. ☐

   ② Quê ông Tư có nhiều di tích nổi tiếng. ☐

   ③ Dự định của ông Tư khi ra Huế. ☐

Phố cổ Hội An – di sản văn hóa thế giới

Phố cổ Hội An nằm trên bờ sông Hoài, một nhánh nhỏ của sông Thu Bồn cách Đà Nẵng 70 km về phía nam. Từ xa xưa Hội An đã là một thương cảng của vương quốc Champa. Trong các thế kỷ XVII-XVIII, dưới chính sách khuyến khích ngoại thương của các chúa Nguyễn, thương cảng Hội An đặc biệt phát triển, trở thành một trung tâm buôn bán phồn thịnh của cả vùng Đông Nam Á, là nơi mà các thương thuyền Nhật Bản, Trung Quốc, Bồ Đào Nha, Ý, v.v. lui tới mua bán, trao đổi hàng hóa. Cùng với người Việt, thương nhân nước ngoài đã góp phần xây dựng nên một đô thị Hội An sầm uất: thương nhân Nhật Bản lập ra phố người Nhật, dựng Lai Viễn Kiều (cầu Nhật Bản) trên có "Chùa Cầu"; thương nhân người Hoa xây miếu Quan Công, chùa Thanh Long Bảo Khánh, các hội quán, v.v..

Ngày nay, về với Hội An, chúng ta vẫn còn thấy những dãy phố cổ gần như nguyên vẹn. Đó là loại nhà hình ống xuyên suốt từ phố nọ sang phố kia. Lúc chiều buông, trước mỗi hiên nhà lại thấp thoáng những chiếc

đèn lồng đủ màu sắc, tô điểm thêm cho bảo tàng sống những nét thi vị, cổ kính.

단어 **hội quán** 회관 | **sầm uất** 번화하다 | **thi vị** 시적 감흥, 아름다움 | **trao đổi** 교류하다, 교환하다

Bài 10

Lo gì mà xa quá vậy, em?

뭘 그렇게까지 걱정해?

□ 복습하기

6~9과에서 학습한 표현과 문법을 기억하며 다양한 유형의 연습 문제를 풀어봅시다.

🔊 Track 10_1

nội thất 실내

trang trí nội thất 인테리어

bàn cãi 토의하다, 논쟁하다

thảo luận 토론하다, 논의하다

● 다음 질문에 대한 당신의 의견을 말해 보세요.

1. Trang phục truyền thống ở nước bạn là gì? Bạn có thể cho biết đặc điểm của loại trang phục đó không? Ở nước bạn, người ta mặc trang phục truyền thống vào những dịp nào?

   여러분 나라의 전통의상은 무엇인가요? 그 전통의상의 특징을 알려줄 수 있나요? 여러분의 나라는 언제 전통의상을 입나요?

   _____

2. Hiện nay, ở nước bạn những người nào thường mặc đồng phục? Họ mặc như thế để làm gì?

   요즘 여러분의 나라에서는 어떤 사람들이 유니폼을 입나요? 그들은 무엇을 위해 그렇게 입나요?

   _____

3. Theo bạn, một ngôi nhà lý tưởng là ngôi nhà như thế nào? (Trang trí nội thất như thế nào, nhà ở vị trí nào để tiện cho việc đi học, đi làm hoặc giải trí của bạn, v.v.)

   여러분의 이상적인 집은 어떤 집인가요? (인테리어는 어떠한 지, 학교나 회사를 가거나 놀러가기 위해서는 어떤 위치에 있는 것이 좋은지 등)

   _____

4. Gia đình bạn là gia đình đông con hay ít con? Theo bạn, có nhiều anh chị em có phải là tốt không? Con một thì có những thuận lợi và khó khăn gì?

   여러분의 가정은 자녀가 많은 편 인가요, 아니면 적은 편인가요? 형제가 많으면 좋다고 생각하나요? 외동은 어떤 장점과 단점이 있나요?

   _____

5. Bạn có nghĩ rằng muốn có được chuyến đi nghỉ thú vị chúng ta cần phải có nhiều tiền không?

   여러분은 재미있는 휴가를 많이 가고 싶다면 돈이 많은 게 필수라고 생각하나요?

   _____

연습 문제

1. 세 젊은이들의 이야기를 들어봅시다. 그들은 어디로 여행을 가려고 얘기하고 있나요? 여러분은 그들이 무슨 이야기를 하는지 이해할 수 있나요? 🔊 Track 10_2

1. Tại sao Hà muốn đi Đà Lạt?
   왜 하는 달랏에 가고 싶어하나요?

   _____

2. Họ đã đi Đà Lạt mấy lần rồi?
   그들은 달랏에 몇 번 가 보았나요?

   _____

3. Ngoài Đà Lạt, Hà đề nghị đi đâu?
   달랏 외에도 하는 어디를 제안했나요?

   _____

4. Tại sao Lan không thích đi Mũi Né?
   왜 란은 무이네를 좋아하지 않나요?

   _____

5. Cuối cùng họ quyết định đi đâu?
   결국 그들은 어디에 가기로 결정했나요?

   _____

2 세 명의 젊은이들이 나눈 이야기에 대해 어떻게 이해했는지 알려주세요. (같은 의미의 문장에 표시해 보세요.)

1. Chúng ta đã đi Đà Lạt năm lần là ít.

　　① Chúng ta đã đi Đà Lạt ít nhất là năm lần.
　　② Chúng ta đã đi Đà Lạt năm lần, như vậy là ít quá.
　　③ Chúng ta đã đi Đà Lạt chỉ năm lần thôi.

2. Tôi sẽ thuê xe cho.

　　① Tôi sẽ cho tiền thuê xe.
　　② Tôi sẽ cho thuê xe.
　　③ Hãy để tôi thuê xe.

3. Đi Mũi Né làm gì.

　　① Chúng ta sẽ làm những việc gì ở Mũi Né?
　　② Không cần thiết phải đi Mũi Né.
　　③ Mục đích đi Mũi Né là gì?

4. Con trai gì mà hay thắc mắc quá!

　　① Anh là loại con trai hay thắc mắc, phải không?
　　② Tại sao anh là con trai nhưng lại hay thắc mắc?
　　③ Con trai thường không thắc mắc như anh đâu.

5. Bây giờ chúng ta quyết định luôn đi.

　　① Bây giờ chúng ta hãy quyết định, không thay đổi, bàn cái gì nữa.
　　② Chúng ta quyết định đi ngay trong hôm nay.
　　③ Chúng ta luôn quyết định đúng trước khi đi.

단어 **thắc mắc** 궁금하다

3 부부가 새 집을 짓는 것에 대해 대화를 하고 있어요.
그들은 무슨 대화를 하나요?

🔊 Track 10_3

1. Người chồng định lấy tiền ở đâu để xây một căn nhà mới?

남편은 새 집을 짓기 위한 돈을 어디에서 얻으려 하나요?

_____

2. Tại sao ông ấy muốn xây một căn nhà mới?

그는 왜 새 집을 짓고 싶어 하나요?

_____

3. Tiền xây dựng một ngôi nhà 2 tầng khoảng bao nhiêu?

이층짜리 집을 짓는데 필요한 비용은 대략 얼마인가요?

_____

4. Họ còn thiếu bao nhiu tiền?

그들은 여전히 얼마가 부족한가요?

_____

5. Tại sao lần này họ không hỏi vay của anh Hai nữa?

왜 이번에 그들은 더 이상 하이 씨에게 돈을 빌리지 않나요?

_____

4 여러분은 아래 문장에 대해 어떻게 이해했나요?
(이해한 문장과 같은 의미의 문장을 찾아 보세요.)

1. Nhà mình có tất cả những 6 người.

　① Nhà mình có tất cả 6 người, như vậy là ít.

　② Nhà mình có tất cả 6 người, như vậy là nhiều.

　③ Nhà mình có tất cả 6 người, như vậy là vừa rồi.

2. Để em xem lại đã.

① Em đã xem lại rồi.

② Để em xem lại trước.

③ Để ngày mai em xem lại.

3. (Hay là anh thử hỏi vay của anh Hai xem.) Anh ấy giàu lắm mà.

① có lẽ anh ấy có nhiều tiền

② ai cũng biết anh ấy có nhiều tiền

③ vì anh ấy có nhiều tiền

4. Mình đã vay của anh Hai 30 triệu rồi còn gì.

① Sự thật là mình đã vay của anh Hai 30 triệu rồi.

② Mình đã vay của anh Hai 30 triệu rồi, nên không thể vay thêm.

③ Mình đã vay của anh Hai 30 triệu rồi, nhưng có thể vay thêm được.

5. Anh em lớn cả rồi, phận ai nấy lo.

① Anh em lớn cả rồi, không ai có thể tiếp tục lo cho họ nữa.

② Anh em lớn cả rồi, ai mà lo cho số phận của họ.

③ Anh em lớn cả rồi, việc của người nào thì người ấy phải tự lo.

5 아래 목록을 보고 가족이 많아서 장점이라고 생각하는 것에 V 표시, 단점이라고 생각하는 것에 X 표시하세요.

1. khi ăn cơm có nhiều người nói chuyện với nhau ☐

2. anh em có thể mặc quần áo của nhau ☐

3. anh em có thể vay tiền của nhau ☐

4. không có phòng riêng cho mỗi người ☐

6 당신은 곧 설날을 맞이하여 하노이로 여행을 갈 예정이에요. 당신은 자신의 휴가를 어떻게 준비할 것인가요? 아래의 항목에서 당신에게 적합한 순서대로 번호를 써 보세요.

– đặt phòng ở khách sạn _____

– đăng ký vé _____

– gọi điện để người thân ra đón ở ga/sân bay _____

– sắp xếp hành lý _____

– gửi xe máy đang dùng cho một người bạn _____

> **단어** **đón** 마중하다 | **ga** 역

7 아래의 문장의 색자 처리된 단어와 비슷한 의미의 단어를 찾아 보세요.

1. Tiệm giày ở kế bên chợ.
   ① gần   ② bên cạnh   ③ không xa   ④ ngoài

2. Anh chịu thì tôi lấy.
   ① dễ chịu   ② chịu khó   ③ đồng ý   ④ hợp

3. Gần Tết thành thử cái gì cũng lên giá.
   ① cho nên   ② vì vậy   ③ bởi vì   ④ tất nhiên

4. Nghe nói ngôi nhà này được ông nội tôi cất từ năm 1936.
   ① xây   ② mua   ③ chuyển   ④ lập

5. Chúng tôi không có ý định dọn nhà đi nơi khác.
   ① chuyển   ② rời   ③ ra khỏi   ④ dọn dẹp

아래의 문장의 색자 처리된 단어를 다른 단어 또는 구로 바꿔서 써 보세요.

1. Ngôi nhà chúng tôi đang ở rất cũ mà chúng tôi lại không đủ tiền để tu sửa.

_____

2. Chẳng lẽ nhà ai nấy ở sao?

_____

3. Ở chung cư có nhiều cái bất tiện.

_____

4. Gia đình tôi có đông anh em.

_____

5. Kiểu này trông mô-đen quá. Mặc đi làm chắc không hợp.

_____

6. Họ thường dùng thời gian rảnh rỗi của mình vào việc ra vào các cửa hàng thời trang.

_____

7. Thuê nhà bây giờ mỗi tháng một, hai triệu là ít.

_____

9 요즘 베트남의 길거리에서, 여러분은 어떤 스타일의 옷을 입은 사람에게 눈이 가나요? 그들이 입고 있는 옷들 중 여러분이 알고 있는 종류를 말해 보세요.

_____

_____

_____

_____

10 "thành thử" 또는 "tất nhiên là"를 사용하여 아래 문장을 완성하세요.

1. Kiểu áo này chỉ dành cho thanh niên _____

2. Gần đây tôi không tập thể dục _____

3. Muốn giảm cân _____

4. Anh ấy là con một _____

5. Sống chung với người già _____

6. Khí hậu Đà Lạt mùa này rất mát mẻ _____

7. Muốn đi du lịch xa _____

8. Lần đầu tiên cô ấy sống xa gia đình _____

11 "đối với"를 사용하여 다음 주제에 대해 여러분의 의견을 써 보세요.

1. Gia đình

   Đối với tôi _____

2. Nghỉ ngơi

   Đối với tôi _____

3. Quần áo để mặc khi đi chơi

   Đối với tôi _____

4. Nhà ở

   Đối với tôi _____

5. Đi du lịch một mình

   Đối với tôi _____

6. Vào mạng internet

Đối với tôi _____

7. Quen với một người bạn mới

Đối với tôi _____

8. Không có phòng riêng

Đối với tôi _____

9. Mua được một bộ quần áo vừa ý

Đối với tôi _____

10. Thời trang

Đối với tôi _____

12 제시된 두 단어 중 적절한 단어를 사용하여 아래 빈 칸을 채워보세요.

1. chẳng lẽ / thành thử

   ① Mua nhà là chuyện quan trọng, _____ hai vợ chồng mình cùng quyết định thì tốt hơn.

   ② Tôi là bạn thân của anh, _____ anh không tin tôi sao?

   ③ Chúng tôi mới đi Vũng Tàu tuần trước _____ tuần này lại đi nữa?

2. còn gì / làm gì

   ① Ở nhà thuê _____, đến nhà tôi ở cho vui.

   ② Giới thiệu cho anh ấy bao nhiêu bạn gái rồi _____. Vậy mà anh ấy có chịu ai đâu.

   ③ Cô ấy không chịu. Vì vậy chị đi thuê áo cưới _____.

3. luôn / chứ

① Ai mà biết là nó có bỏ nhà đi _____, hay không.

② Con gái chị ngoan như vậy, _____ con gái tôi thì hư lắm.

③ Mua _____ ba cái đi, đang giảm giá mà.

13 아래의 상황에 대해 어떤 해결 방안을 제시할 수 있을까요? "**hay là**"를 사용하여 여러분의 의견을 말해 보세요.

1. Giá thuê nhà ở đây rẻ nhưng chung quanh ồn ào quá.

   Hay là _____

2. Từ đây đến Đà Lạt bằng xe khách mất khoảng 5 tiếng, còn đi Nha Trang thì mất khoảng tám tiếng. Vậy thì chúng ta nên đi nghỉ ở đâu đây?

   Hay là _____

3. Nếu đi mua quần áo may sẵn thì đôi khi không vừa ý. Làm thế nào bây giờ?

   Hay là _____

4. Cho thuê một phòng trong nhà liệu có tiện không?

   Hay là _____

5. Nghe nói năm nay công ty không tổ chức cho nhân viên đi nghỉ ở biển.

   Hay là _____

6. Bây giờ mà sửa nhà thì tốn kém lắm.

   Hay là _____

7. Hai đứa con đã lớn mà phòng riêng cho mỗi đứa thì không có.

   Hay là _____

8. Mấy năm nay cuộc sống của gia đình mình ngày càng khá.

   Hay là _____

9. Thuê xe 12 chỗ thì hơi đắt.

Hay là _____

10. Cô ấy còn phải đến hai, ba cửa hàng nữa để mua sắm. Mất khá nhiều thời gian đấy.

Hay là _____

14 요즘 대부분의 젊은 부부들은 부모님과 함께 사는 것을 좋아하지 않아요. 그들은 따로 살기를 원합니다. 이 주제에 대한 여러분의 의견을 써 보세요. (150자 내외)

_____

_____

_____

_____

_____

_____

_____

_____

_____

Áo dài Việt Nam

Khi nói đến trang phục truyền thống của phụ nữ Việt Nam, người ta nghĩ ngay đến những tà áo dài tha thướt, đầy màu sắc. Áo dài có một đặc điểm khó tả: kín đáo mà khêu gợi, truyền thống mà hiện đại, thành thử nó có một sự quyến rũ rất đặc biệt.

Từ chiếc áo dài truyền thống, vào khoảng đầu thập niên 30 thế kỷ XX, họa sĩ Lê Phổ đã thiết kế lại, tạo cho nó một dáng vẻ gọn ghẽ, duyên dáng hơn. Từ đó đến nay, những nhà thiết kế thời trang Việt Nam đã không ngừng tìm tòi, sáng tạo, nhằm mang lại cho tà áo dài những nét duyên dáng mới.

Hiện nay, trong cơn sốt thiết kế và biểu diễn thời trang, bên cạnh những mốt quần áo mới lạ, hấp dẫn, mô phỏng từ nước ngoài, những nhà tạo mẫu Việt Nam vẫn dành cho chiếc áo dài một một sự quan tâm rất đặc biệt. Các chương trình Thời trang Áo dài, Hoa hậu Áo dài bao giờ cũng thu hút được sự quan tâm của nhiều người, nhiều giới.

단어 **khêu gợi** 섹시하다 | **khó tả** 묘사/설명하기 어려운 | **kín đáo** 비밀의 | **mô phỏng** 모방하다, 흉내내다 | **nhà tạo mẫu** 디자이너 | **quyến rũ** 매력있다 | **sáng tạo** 창조하다

✅ 독해 내용을 바탕으로 다음 질문에 알맞은 대답을 골라보세요.

1. Ý chính của đoạn văn thứ nhất là:
첫 번째 문단의 주요 내용은 무엇인가요?

① Phụ nữ Việt Nam rất quyến rũ khi họ mặc áo dài. ☐

② Đặc điểm của người phụ nữ Việt Nam là khá quyến rũ. ☐

③ Đặc điểm của áo dài Việt Nam. ☐

2. Ý chính của đoạn văn thứ hai là:
두 번째 문단의 주요 내용은 무엇인가요?

① Cách thiết kế chiếc áo dài Việt Nam. ☐

② Áo dài truyền thống duyên dáng hơn áo dài hiện đại. ☐

③ Những cải tiến nhằm làm cho chiếc áo dài duyên dáng hơn. ☐

3. Ý chính của đoạn văn thứ ba là:
세 번째 문단의 주요 내용은 무엇인가요?

① Dù có nhiều thay đổi, áo dài Việt Nam vẫn có chỗ đứng riêng của mình. ☐

② Áo dài vẫn rất thời trang, hiện đại. ☐

③ Các hoa hậu rất quan tâm đến chiếc áo dài Việt Nam. ☐

단어 đặc điểm 특징

답안 및 듣기 스크립트

🔍 미니 독해 의견 말하기 모범답안

1. Theo tôi, người đàn ông trong bức ảnh trên đã trở thành một nhà doanh nghiệp nên anh ấy đã thay đổi ngoại hình như các nhà doanh nghiệp hiện nay để có vẻ rất tự tin.

   제 생각에는 사진 속 남자는 사업가가 되었기 때문에 요즘의 사업가들처럼 자신감이 있어 보이도록 외모를 바꾼 것 같아요.

2. Tôi có một bạn trong lớp. Anh ấy có chiều cao khoảng 1m75 và để tóc dài. Khuôn mặt anh ấy có hình trái xoan. Anh ấy có đôi mắt to và sáng. Mũi của anh ấy cao và thẳng. Anh ấy trông trẻ hơn so với tuổi.

   저의 교실에는 한 친구가 있어요. 그의 키는 대략 175cm이고, 머리를 길게 길렀어요. 그의 얼굴은 타원형이에요. 그는 크고 빛나는 눈을 가지고 있어요. 그의 코는 높고 곧아요. 그는 나이에 비해 어려 보여요.

3. Sắc đẹp có thể là một yếu tố quan trọng, nhưng nó không phải là tiêu chuẩn quan trọng nhất để một người được yêu mến. Tính cách, trí tuệ và thái độ sống cũng đóng vai trò quan trọng trong việc được yêu mến từ người khác.

   아름다움은 중요한 요소일 수 있지만, 사람이 사랑받기 위한 가장 중요한 기준은 아니에요. 성격, 지혜로움, 삶의 태도가 다른 사람에게 사랑받는 데 중요한 역할을 해요.

4. Tôi có nghĩ ấn tượng đầu tiên rất quan trọng. Vì ấn tượng đầu tiên có thể ảnh hưởng đến mối quan hệ sau này. Tôi nhớ lần đầu tiên gặp một người Việt Nam. Anh ấy tên là Thanh, sinh viên năm thứ hai. Anh ấy rất đẹp trai và có một nụ cười thân thiện. Tôi vẫn nhớ nụ cười ấm áp của anh ấy.

   저는 첫인상이 매우 중요하다고 생각해요. 왜냐하면 첫인상은 이후의 관계에 영향을 미칠 수 있기 때문이에요. 저는 베트남인 한 사람과의 첫만남을 기억하고 있어요. 그의 이름은 탄이고, 대학교 2학년이에요. 그는 매우 잘생겼고, 친절한 미소를 가지고 있었어요. 저는 여전히 그의 따뜻한 미소를 기억하고 있어요.

💬 회화

한글 해석

아빠	어제 집에 여자친구를 데려와서 엄마에게 소개했다며, 맞니?
아들	네, 맞아요. 아빠가 집에 안 계셔서 아쉬웠어요.
아빠	응, 아빠는 회사에서 회의 때문에 바빴어. 그래. 너는 그 친구랑은 오래 만났니?
아들	네, 5일이요.
아빠	아니, 겨우 5일이라고? 그럼, 너는 그 친구의 성격이 어떤지 알고 있니?
아들	네, 물론이죠.
아빠	그럼, 그 친구는 어떤 사람인지 아빠한테 설명해봐.
아들	네, 그녀는 머리카락이 길고, 눈이 크고...
아빠	아니, 아빠는 외모에 대해 묻는 게 아니야. 아빠는 그 친구의 성격에 대해 듣고 싶은거란다.
아들	네, 그녀는 착하고 솔직하며 검소한 성격이에요. 거짓말을 정말 싫어하고 요리를 좋아하고, 한가할 때에는 빵 만드는 것을 좋아하고...
아빠	오, 그렇다면 너희 엄마랑 비슷하구나. 너희 엄마 요리는 누구보다 맛있지.
아들	그녀는 저랑 취향도 비슷해요. 음악 듣는 것을 좋아하고, 여행을 즐기고, 반쎄오도 좋아해요.
아빠	그럼 네 여자친구는 분명히 남부 지역 출신이겠구나.
아들	아빠는 어떻게 그렇게 잘 아시는 거예요?
아빠	그냥 추측한거야. 어라, 겨우 5일 밖에 만나지 않았다면서, 너는 어떻게 그렇게 그 친구의 성격을 잘 아는 거니?
아들	신문에 있는 "만남 주선"란에 있는 소개글을 읽었거든요. 그녀가 자기를 그렇게 소개했어요.

질문 답하기

1. Anh ấy đã làm quen với cô bạn gái qua "Câu lạc bộ làm quen".   그는 "만남 주선"을 통해 여자친구와 알게 되었어요.

2. Cô ấy tóc dài, mắt to.

그녀는 머리가 길고, 눈이 커요.

3. Cô ấy hiền, chân thật, giản dị, ghét giả dối.

그녀는 착하고 솔직하며, 검소하고 거짓을 싫어해요.

4. Cô ấy thích nghe nhạc, khoái du lịch, khoái bánh xèo.

그녀는 음악과 여행, 반쎄오를 좋아해요.

5. Anh ấy đọc trong mục "Câu lạc bộ làm quen" và cô ấy tự giới thiệu như vậy.

그는 "만남 주선" 항목에 적힌 그녀의 자기소개 글을 읽었기 때문이에요.

연습 문제

1

1. Gia đình anh ấy có một người con trai.

그의 가족은 아들이 한 명이 있어요.

2. Vì họ muốn sớm có cháu nội.

그들은 손주를 빨리 원하기 때문이에요.

3. Vì anh ấy chưa tìm được người vừa ý.

그는 마음에 드는 사람을 아직 찾지 못했기 때문이에요.

4. Phải là người xinh đẹp và có việc làm ổn định.

아름답고 안정적인 직장을 가지고 있어야 해요.

5. Các cô gái ấy: cao quá, mập quá, đen quá, ít học quá.

너무 키가 크거나, 너무 뚱뚱하거나, 너무 피부가 검거나, 너무 공부를 하지 않은 것.

 듣기 스크립트

Tôi có một anh bạn năm nay đã ba mươi sáu tuổi, thế mà anh ấy vẫn chưa lập gia đình. Bố mẹ anh lo lắng lắm vì anh là con trai duy nhất trong gia đình. Các chị, em gái của anh đều đã lập gia đình từ lâu. Lần nào tôi đến nhà anh chơi, mẹ anh cũng bảo tôi có khuyên anh lập gia đình để các cụ sớm có cháu nội. Nhưng dù tôi có thuyết phục thế nào anh cũng cười bảo rằng: "Mình chưa tìm được người vừa ý." Có lần tôi hỏi anh người thế nào là người vừa ý anh thì anh bảo rằng cô ấy phải cao, tóc dài, có học thức – ít nhất phải tốt nghiệp đại học; cô ấy phải xinh đẹp và có nghề nghiệp ổn định. Các chị em gái của anh cũng đã nhiều lần giới thiệu bạn bè của họ cho anh nhưng lần nào anh cũng lắc đầu với đủ lý do: cô thì cao quá, cô thì mập quá, cô thì đen quá, cô thì ít học quá – chỉ mới tốt nghiệp phổ thông. Tôi nghĩ một người khó tính như anh chắc chẳng bao giờ lấy được vợ.

2

Chị dâu tôi dáng người ¹⁾thon thả. Chị không có ²⁾nước da trắng như nhiều cô gái khác nhưng ³⁾mái tóc dài, óng mượt của chị thì có lẽ không ai bằng. Chị không có ⁴⁾đôi mắt to, đen láy như em gái tôi. Mắt chị chỉ là mắt ⁵⁾một mí. Mũi chị có thể nói là hơi ⁶⁾thấp. Thế nhưng, anh tôi lúc nào cũng cho rằng vợ mình là người đẹp nhất. Tất cả chúng tôi đều yêu mến chị vì chị nấu ăn ngon và ⁷⁾tính tình lại vui vẻ nữa.

저희 형수님은 늘씬한 체형을 가지고 있어요. 형수님은 다른 여자들처럼 피부색이 하얗지는 않지만 매끄럽고 빛나는 긴 머리카락은 아무도 따라올 수 없을 거예요. 그녀의 눈은 제 여동생처럼 검고 빛이 나는 큰 눈은 아니에요. 그녀의 눈은 홑꺼풀이에요. 그녀의 코는 약간 낮다고 말할 수 있어요. 하지만, 저희 형은 언제나 자신의 아내가 가장 예쁘다고 생각해요. 우리 가족 모두가 그녀를 좋아해요. 왜냐하면 그녀는 요리를 잘하고 성격까지 밝기 때문이에요.

3

	nước da 피부색	đen láy 새까맣다	óng mượt 광택이다
màu sắc của da người 사람 피부색	V		
sáng bóng và mềm mại 빛나고 매끄럽다			V
rất đen 매우 검다		V	

MŨI 코	cao 높다 ☑
	tẹt 납작하다
MIỆNG 입	rộng 크다 ☑
	nhỏ 작다
DA 피부	trắng 희다
	đen 검다 ☑
TÓC 머리카락	dài 길다 ☑
	ngắn 짧다
TÍNH TÌNH 성격	vui vẻ 활발하다 ☑
	ít nói 말이 적다
TIÊU CHUẨN KHÁC 이 외 기준	thông minh 똑똑하다
	khỏe mạnh 건강하다

5

1. mắt – đen, một mí, hai mí
2. mũi – cao, dọc dừa, thấp
3. nước da – trắng, ngăm ngăm, đen

6

1. Không ai thích làm đẹp bằng chị ấy.

   그녀만큼 외모에 관심 많은 사람은 아무도 없어요.

2. Đối với anh ấy, không gì buồn bằng bị các cô gái chê là xấu trai.

   그에게 있어서, 여자들에게 못생겼다고 듣는 것보다 더 슬픈 것은 없어요.

3. Không đâu thu hút nhiều quý bà, quý cô bằng tiệm uốn tóc ấy.

   그렇게 많은 여성들을 끌어들이는 곳은 그 미용실밖에 없어요.

4. Đối với ông ấy, không gì vui bằng kiếm được nhiều tiền.

   그에게 있어서, 돈을 많이 버는 것보다 더 기쁜 것은 없어요.

5. Đối với ông Năm, không đâu thoải mái bằng ở nhà.

   남 씨에게 있어서, 집만큼 편안한 곳은 어디에도 없어요.

6. Không ai có mái tóc đẹp bằng chị Thu.

   아무도 투 씨만큼 아름다운 머리카락을 가지고 있지 않아요.

7. Cô ấy thường đi thẩm mỹ viện của bác sĩ Hùng.

   그녀는 주로 훙 의사의 성형외과에 가요.

   Đối với cô ấy, không đâu tốt bằng thẩm mỹ viện ấy.

   그녀에게 있어서, 그 성형외과만큼 좋은 곳은 어디에도 없어요.

7

1. Làm sao mà ông ấy là một nghệ sĩ lớn được chứ. / Ông ấy làm sao mà là một nghệ sĩ lớn được.

   어떻게 그가 거물급 예술가가 될 수 있을까.

2. Làm sao mà người đàn ông cao lớn ấy lại thường bị bệnh chứ. / Người cao lớn như ông ấy thì làm sao mà thường bị bệnh được chứ.

   어째서 그 키 큰 남자는 자주 병을 앓는 걸까.

3. Làm sao mà anh/chị là bạn thân của cô ca sĩ nổi tiếng ấy được chứ. / Anh/Chị làm sao mà là bạn thân của cô ca sĩ nổi tiếng ấy được chứ.

   어째서 당신이 그 유명한 여가수의 친한 친구인걸까.

4. Làm sao mà một người nghèo và xấu trai như anh ấy lại sắp cưới một cô gái trẻ, đẹp, con nhà giàu được chứ. / Một người nghèo và xấu trai như anh ấy làm sao mà sắp cưới một cô gái trẻ, đẹp, con nhà giàu được chứ.

   어째서 그는 가난하고 매우 못생겼지만, 곧 집안이 부유하고 예쁘고 어린 여자와 결혼하는 걸까.

5. <u>Làm sao mà</u> chỉ sau một lần dùng dầu gội đầu ấy mà mái tóc cô Lan trở nên bóng mượt được chứ. / Chỉ sau một lần dùng dầu gội đầu ấy thì <u>làm sao mà</u> mái tóc của cô Lan trở nên bóng mượt được chứ.
어째서 이 샴푸를 한 번 쓰고나니 란 씨의 머릿결이 빛이 나는 걸까.

6. <u>Làm sao mà</u> chỉ sau ba ngày viết lời tự giới thiệu trong mục "Câu lạc bộ làm quen" trên báo anh ấy đã nhận được một ngàn thư xin làm quen được chứ. / Chỉ sau ba ngày viết lời tự giới thiệu trong mục "Câu lạc bộ làm quen" thì <u>làm sao mà</u> anh ấy nhận được một ngàn thư xin làm quen được chứ.
어째서 신문에 "만남 주선"란에 자기소개를 올린지 3일 만에 그는 친해지고 싶다는 메시지를 1,000개를 받을 수 있을까.

8

1. Trong lớp tôi, cô sinh viên ấy thông minh <u>không ai bằng</u>.
우리 반에서, 그 여학생은 누구보다 똑똑해요.

2. Trong công ty tôi, anh ấy cao <u>không ai bằng</u>.
우리 회사에서, 그는 누구보다 키가 커요.

3. Theo tôi, sự hiền dịu là yếu tố hấp dẫn <u>không gì bằng</u> của người phụ nữ.
내 생각에, 여성의 상냥함은 무엇보다 매력적인 요소예요.

4. Ở thành phố này, thẩm mỹ viện của ông ấy tốt <u>không đâu bằng</u>.
이 도시에서, 그의 미용실은 어디보다도 좋아요.

5. Đối với cô ấy, sắc đẹp là điều quan trọng <u>không gì bằng</u>.
그녀에게 있어서, 아름다움은 무엇보다도 중요한 점이에요.

9

1. Mái tóc ngắn trông gọn ghẽ, <u>tiếc là</u> không hợp với khuôn mặt của em.
짧은 머리카락은 깔끔해 보이지만, 아쉽게도 네 얼굴에 어울리지 않아.

2. Ông ấy rất giàu có, <u>tiếc là</u> (ông ấy) lớn tuổi quá. / Ông ấy giàu có lắm, <u>tiếc là</u> hơi già.
그는 부유하지만, 아쉽게도 나이가 너무 많아요. / 그는 정말 부유하지만, 아쉽게도 좀 늙었어요.

3. Anh ấy đẹp trai, học giỏi, tính tình vui vẻ. <u>Tiếc là</u> gia đình anh ấy (lại) quá nghèo.
그는 잘생기고, 공부도 잘하고, 쾌활해요. 아쉽게도 그의 집은 너무 가난해요.

4. Mình/Tôi thích làm tiếp viên hàng không lắm. <u>Tiếc là</u> mình/tôi không được cao / thấp quá / lùn quá.
저는 정말 승무원이 되고 싶어요. 아쉽게도 제 키가 너무 작아요.

5. (Mai kết hôn với anh cũng tốt). <u>Tiếc là</u> nó/con gái tôi còn quá trẻ / còn nhỏ quá.
(마이가 당신과 결혼해도 물론 좋지만) 아쉽게도 내 딸은 너무 어려요.

6. Cô trưởng phòng của tôi trẻ và đẹp lắm, (chỉ) <u>tiếc là</u> hơi nóng tính.
제 부장님은 젊고 정말 아름답지만, 아쉽게도 성격이 좀 급해요.

10 모범 답안

1. Cô Mai có bao giờ để tóc dài đâu, cô ấy <u>luôn cắt tóc rất ngắn kia</u>.
마이 씨는 절대 머리를 기르지 않고, 항상 매우 짧게 잘라요.

2. Tôi không thích kiểu tóc này đâu, tôi <u>thích kiểu tóc kia kia</u>.
저는 이 헤어스타일을 좋아하지 않고, 저 헤어스타일을 좋아하는 거예요.

3. Không, em không chê anh ta xấu trai. Em chỉ muốn nói về <u>tính tình của anh kia</u>.
아니에요, 저는 그가 못생겼다는 게 아니라, 그의 성격에 대해서만 얘기하고 싶은 거예요.

4. Nga không phải là người ít nói, cô ấy <u>còn là người nói nhiều nữa kia</u>.
응아는 말수가 적은 사람이 아니라, 그녀 또한 말을 많이 하는 사람이에요.

5. Anh nhầm rồi. Chị ấy thích <u>hoa hồng vàng kia</u>.
형은 틀렸어요. 그녀는 노란 장미를 좋아해요.

6. Bố mẹ anh Dũng không chê bề ngoài của cô ta, họ <u>chê tính tình của cô ta kia</u>.
융의 부모님은 그녀의 외무를 탐탁치 않아 하는 게 이니라, 그녀의 성격을 탐탁치 않아 하는 거예요.

11 모범답안

Tôi có một người bạn thân là Ngọc Lan. Ngọc Lan và tôi đã quen biết suốt hơn 10 năm. Ngọc Lan là một người rất ấn tượng. Về ngoại hình, Ngọc Lan cao lớn và có mắt to, mũi cao. Cô ấy luôn luôn để tóc dài. Tính cách của Ngọc Lan cũng là điểm mạnh. Cô ấy luôn luôn tích cực và thích giúp đỡ người khác. Tôi rất tự hào về Ngọc Lan là người bạn thân của tôi.

저는 응옥 란이라는 친한 친구가 있어요. 응옥 란과 저는 거의 10년 이상을 알고 지냈어요. 응옥 란은 정말 인상적인 사람이에요. 외모적으로, 응옥 란은 키가 크고, 큰 눈과 높은 코를 가지고 있어요. 그녀는 항상 머리를 길게 길러요. 응옥 란의 성격도 큰 장점이에요. 그녀는 항상 긍정적이고 다른 사람을 돕는 것을 좋아해요. 저는 항상 응옥 란이 제 친한 친구인 것에 대해 매우 자랑스러워요.

🗣️ 독해

한글 해석

꼬엉은 약간 긴장한 상태예요. 그가 "만남 주선"란을 통해 처음으로 여성을 만나는 날이기 때문이에요. 만약 소개란의 그녀의 말이 맞다면 꼬엉은 약 156 cm의 긴 머리카락, 하얀 피부와 조용한 음악을 좋아하지만 약간 까다로운 성격의 여성을 만날 것 같네요.

오, 아마 이게 그의 머리를 복잡하게 하는 것 같아요: 만약 나중에 이 여성분과 가족을 이루게 된다면 어떻게 될까? 그녀가 그가 하는 행동들을 전혀 만족하지 못한다면? 그녀가 그가 사주는 것들을 모두 탐탁치 않아하거나, 또는....?

아니, 아마 가장 좋은 것은 이런 부정적인 생각들은 하지 않는 거예요. 가장 중요한 것은 그녀를 만나 무슨 말을 해야 하는 지예요. 그는 "만나서 반가워요. 실례지만, 어디에서 일하시나요? 가족은 몇 명이에요? 가장 좋아하는 음식은 무엇인가요? 등을 물어볼 예정이에요. 그런데 이렇게 말하는 것이 자연스러운 것일까요? 오, 그는 정말 혼란스러워요. 지금 누가 그를 좀 도와줄 수 있을까요?

질문 답하기

1. ③ Bề ngoài và tính tình của cô gái.   그녀의 성격과 외모
2. ② Anh ta e ngại tính nết của cô gái.   그는 그녀의 성격에 대해 걱정해요.
3. ① Anh ta cần một lời khuyên.   그는 조언이 필요해요.

🍚 한 눈에 보는 베트남 문화

한글 해석

옛 베트남 여성의 아름다움
베트남에서는, 전통적으로, 사람들이 "공, 용, 언, 행"이라는 네 가지 미의 기준을 사용하여 여성을 평가하는데, 그 중 "용"은, "용모, 미모"를 뜻하며, 노동을 할 수 있는 조건인 "공"에 이어 두 번째로 중요한 기준입니다.

과거 베트남 여성의 미의 기준 중 하나가 가장 먼저 치아를 검게 염색하는 풍습이 있습니다. 아무리 외모가 예쁜 여성이라도 치아를 검게 염색하지 않으면 아름답다고 여겨지지 않았습니다. 검은 치아 외에도 붉은 볼은 아름다움의 빠질 수 없는 필수 요소로 간주되었습니다. "마음에 꼭 드는 남편을 선택하려면, 붉은 볼과 검은 치아 염색을 열심히 해라."

오늘날, 베트남 여성의 미의 기준은 많은 변화가 있으며, 특히 검은 치아를 염색하는 관습은 더이상 존재하지는 않습니다. 그러나 외모에 대한 변화뿐만 아니라 온화함, 부지런함, 효심에 대한 전통적인 미의 기준은 여전하며, 이 기준들은 현대의 베트남 여성을 아름답게 보이는 데에 중요한 부분을 차지합니다.

📖 미니 독해 의견 말하기 모범답안

1. – Sức khỏe 건강

   Sức khỏe là quan trọng trong cuộc sống của tôi.

   Nếu không có sức khỏe, tôi không thể làm được gì để chăm lo gia đình bạn bè.

   Người bị đau yếu không thể học hành, cũng không kiếm tiền được.

   Vì vậy, tôi tập thể dục hàng ngày, ăn nhiều và không hút thuốc.

   건강이 제 인생에서 중요해요.

   만약 건강하지 못하면, 저는 가족과 친구를 신경쓸 수 없어요.

   아픈 사람은 공부할 수도, 돈을 벌 수도 없어요.

   그렇기 때문에 저는 매일 운동을 하고, 잘 먹으며 담배를 피우지 않아요.

2. Chúng ta phải ăn uống đều đặn để có thể sống lâu.

   Chúng ta phải kiêng những thực phẩm mà không tốt cho sức khỏe.

   Tôi nghĩ sống lâu có thể mang lại nhiều cơ hội.

   Sống lâu thì chúng ta có thể xây dựng nhiều mối quan hệ và kinh nghiệm hơn.

   우리는 오래 살기 위해 규칙적인 식사를 해야 해요.

   우리는 건강에 좋지 않은 식품들을 삼가 해야 해요.

   저는 오래 살면 많은 기회를 가져다줄 것이라 생각해요.

   오래 살게 되면 우리는 더 많은 관계와 경험을 만들 수 있게 돼요.

3. Tôi nghĩ quy định về việc hút thuốc lá ở nơi đông người phải nghiêm ngạt để giữ gìn sức khỏe của cộng đồng.

   Hút thuốc không những không tốt cho sức khỏe của người hút mà còn gây hại cho những người xung quanh.

   Đặc biệt là trẻ em và người mang thai.

   저는 사람들이 많은 장소에서 금연하는 것을 엄격하게 규정하는 것은 지역 사회의 건강을 지키기 위해 엄격해야 한다고 생각해요.

   담배는 피우는 사람의 건강에 좋지 않을 뿐만 아니라 주변 사람들에게까지 해를 끼쳐요.

   특히 어린이와 임산부에게요.

4. Chữa cho trẻ suy dinh dưỡng đơn giản hơn chữa cho trẻ bị béo phì.

   Tuy nhiên, ở các nước phát triển, có trẻ em béo phì càng ngày càng nhiều.

   Vì vậy, họ giảm béo phì trẻ em và và phải hỗ trợ các nước nghèo để tạo điều kiện đủ dinh dưỡng.

   영양실조 어린이를 치료하는 것은 비만 어린이를 치료하는 것보다 간단해요.

   그러나, 선진국에서는 비만 어린이들이 날이 갈수록 많아지고 있어요.

   그렇기 때문에 그들은 비만 어린이를 줄이고, 가난한 나라가 충분한 영양 조건을 가질 수 있도록 그들을 지원을 해야 해요.

🗣 회화

한글해석

엄마	어머나! 너 또 먹는 거니?
아들	배고프단 말이에요, 엄마. 조금만 먹으면 문제 없잖아요.
엄마	조금만 먹는다! 너는 항상 "조금만 먹는다"라고 하지만 지금 46kg나 됐어.
아들	근데 너무 배고픈걸요.
엄마	너는 노력하는게 좋아. 의사 선생님이 지방, 탄수화물, 설탕을 많이 먹으면 안 된다고 하셨잖아. 기억 안 나니?
아들	네. 기억해요. 하지만 지금 저는 너무 배고파요.
엄마	엄마도 알아, 아들아. 배고프면 과일을 먹어. 냉장고에 사과, 오렌지, 포도 등 부족한 게 없잖아.
아들	과일은 싫어요. 저는 치즈나 초콜렛만 좋아요.
엄마	그런 것들은 점점 더 너를 뚱뚱하게 만들거야. 무섭지도 않아?

아들	뚱뚱해도 건강하기만 하면 괜찮아요.
엄마	아들, 너는 엄마 말 좀 들어야 해. 조금만 먹어. 자, 이웃 바 아저씨야. 아저씨는 너무 살이 쪄서 고혈압이 생겼어. 어제 아저씨는 응급실에 가서 가족 모두가 걱정했어.
아들	그래요, 엄마? 저는 바 아저씨를 뵈러 가야겠어요. 그런데 너무 배고파요 엄마!

질문 답하기

1. Con ăn nhiều nhưng luôn nói "ăn một chút".   아이는 많이 먹지만 항상 "조금만 먹는다" 라고 말하는 것

2. Vì theo lời dặn của bác sĩ.   왜냐하면 의사의 소견이 있었기 때문에.

3. Vì cậu bé ấy chỉ thích ăn chất béo và chất đường (phô mai và sô cô la).

   왜냐하면 아이는 지방과 설탕(치즈와 초콜렛)만 좋아하기 때문에.

4. Họ định đi thăm bác Ba hàng xóm. Vì bác ấy béo quá nên bị cao huyết áp.

   이웃 바 아저씨. 왜냐하면 그는 너무 살이 쪄서 고혈압이 생겼기 때문에.

5. (Câu trả lời này tùy theo từng học viên)

   (각자 자신만의 답변을 말해봅시다)

   Như bác sĩ đã nói, chúng ta không ăn nhiều chất béo, chất bột và chất đường. Chúng ta phải ăn trái cây và rau củ.

   의사 선생님의 말씀처럼, 우리는 지방, 탄수화물, 설탕을 많이 먹지 않아야 해요. 우리는 과일과 채소를 먹어야 해요.

🗒️ 연습 문제

1. Đúng   2. Đúng   3. Sai   4. Đúng   5. Sai

1. không phải 아니에요

2. sẽ mất đẹp 아름다움을 잃어버릴까봐

3. cá, một ít thịt và rau 생선, 약간의 고기와 채소

4. bưởi, xoài, chôm chôm, nho, táo... 자몽, 망고, 람부탄, 포도, 사과...

5. vì đã ăn nhiều món ăn đặc biệt trong dịp Tết 왜냐하면 설날 동안 특별한 음식을 많이 먹었기 때문에

듣기 스크립트

Trong phòng của Lan có một cái cân. Tuần nào Lan cũng cân một lần. Sáng nào Lan cũng tập thể dục ít nhất là một tiếng. Cô sợ mình lên cân thì sẽ mất đẹp. Bữa ăn hằng ngày của Lan không có nhiều đường, không có mỡ, chỉ có cá, một ít thịt và nhiều rau. Sau mỗi bữa ăn, Lan thường ăn trái cây tươi. Mỗi ngày một thứ khác nhau: bưởi, xoài, chôm chôm, nho, táo, v.v.. Lan không thích Tết vì khi được nghỉ ở nhà, thế nào cô cũng ăn nhiều món đặc biệt chỉ ngày Tết mới có. Vì vậy những ngày sau Tết, Lan thường phải ăn kiêng, và phải tập thể dục nhiều hơn. Nhiều người khen Lan có thân hình đẹp nhưng Lan hơi buồn vì khuôn mặt của cô không đẹp như cô muốn.

Ông Sáu là một thương gia giàu có. Trong nhà ông ấy không thiếu thứ gì: máy lạnh, ti vi, tủ lạnh, đầu máy, xe hơi. Cái duy nhất mà ông ấy ¹⁾ <u>thiếu</u> đó là ²⁾ <u>sức khỏe</u>. Lúc nào ông ấy cũng than phiền rằng mình không sao ngủ được, không thể ăn ngon và luôn cảm thấy ³⁾ <u>mệt mỏi</u>. Ông có một bác sĩ riêng. Bác sĩ ⁴⁾ <u>khuyên</u> ông không nên làm việc nhiều, phải ⁵⁾ <u>nghỉ ngơi</u> thoải mái. Nhưng ông không làm như vậy được. Ông phải gặp nhiều người, phải nói chuyện với họ về việc làm ăn, phải suy nghĩ và lại ⁶⁾ <u>mất ngủ</u>, lại mệt mỏi và lại ăn không ngon.

사우 씨는 부유한 사업가예요. 그의 집에는 에어컨, 텔레비전, 냉장고, DVD, 자동차 뭐 하나 부족한 것이 없어요. 유일하게 그에게 부족한 것은 건강이에요. 언제나 그는 잠이 부족하고, 잘 먹지 못하고 항상 피로를 느낀다고 불평해요. 그는 개인 주치의가 있어요. 의사가 그에게 충고하기를 일을 많이 하지 말고, 편안하게

쉬어야 한다고 했어요. 하지만 그는 그렇게 할 수 없어요. 그는 많은 사람들을 만나야 하고, 그들과 사업 이야기를 해야 하며, 생각도 많이 해야 하고, 또 잠을 자지 못하고, 또 피곤해하고, 또 잘 먹지 못하고 있어요.

4 모범 답안

– hút thuốc / ma túy
Hút thuốc thì có thể bị ung thư phổi. Ma túy gây hại nghiêm trọng cho tâm lý và tinh thần.
Nếu chúng ta làm những yếu tố khác quá mức thì cũng có thể gây hại cho sức khỏe.
Ngoài ra, thiếu ngủ hay mất ngủ có thể gây hại cho sức khỏe của chúng ta.

담배를 피우면 폐암에 걸릴 수도 있어요. 마약은 심리와 정신에 심각한 해를 끼쳐요.
만약 다른 요소들도 과하면 건강을 해칠 수 있어요.
이 외에도, 수면 부족이나 불면증이 우리의 건강을 해칠 수 있어요.

5

1. A Con lại ăn kẹo nữa rồi.
   또 사탕을 먹고 있구나.

   B Con thích ngọt mà, mẹ.
   저는 단 것을 좋아하잖아요, 엄마.

2. A Không hiểu sao dạo này mỗi khi hút thuốc tôi lại bị ho và khó thở.
   요즘 왜 인지 담배를 피울 때 마다 기침을 하고 숨쉬기가 힘들어.

   B Vậy thì anh phải bỏ thuốc lá đi chứ.
   그러면 형(오빠)은 담배를 끊어야 해요.

3. A Lẽ ra anh / chị nên đi khám bác sĩ sớm hơn chứ.
   더 일찍 의사를 만나러 가야해요.

   B Nhưng mà mấy tuần nay, tôi đâu có rảnh.
   하지만 최근 몇 주간, 저는 한가하지 않았어요.

4. A Các anh phải giữ im lặng chứ. Sao cứ làm ồn mãi thế?
   여러분 조용히 해요. 왜 계속 떠드는 거죠?

   B Xin lỗi. Chúng tôi sẽ đi ngay bây giờ.
   죄송합니다. 저희 지금 바로 갈게요.

5. A Sao anh uống nhiều thế?
   왜 그렇게 많이 마시는 거예요?

   B Tại anh thấy buồn quá mà.
   왜냐면 나는 너무 슬프거든.

6. A Tiền bạc quan trọng hơn hay sức khỏe quan trọng hơn?
   돈이 더 중요해. 아니면 건강이 더 중요해?

   B Sức khỏe quan trọng hơn chứ.
   당연히 건강이 더 중요하지.

6 모범 답안

1. Cố gắng tập thể dục hàng ngày.
   매일 운동하려고 노력하세요.

2. Tránh sử dụng máy vi tính quá lâu.
   컴퓨터를 너무 오래 사용하는 것을 피하세요.

3. Đừng hút thuốc.
   담배를 피우지 마세요.

4. Không nên làm việc quá nhiều.
   일을 너무 많이 하지 마세요.

5. Hãy ăn uống đều đặn.
   규칙적으로 식사하세요.

7

1. Da đen cũng được, miễn là có lợi cho sức khỏe.
   피부가 어두워지더라도, 건강에 도움이 되기만 하면 괜찮아요.

2. Em sẽ tha thứ cho anh, miễn là anh chịu bỏ rượu.
   저는 당신을 용서할 거예요, 당신이 술을 끊기만 한다면 괜찮아요.

3. Mất thời gian cũng được, miễn là có hàm răng đẹp.
   시간이 걸리더라도, 예쁜 치열을 가지기만 하면 괜찮아요.

4. Hút thuốc nhiều cũng đâu có sao, miễn là chưa bị ung thư phổi.
   담배를 얼마나 피우든, 아직 폐암에 걸리지 않았다면 괜찮아요.

5. Tôi sẵn sàng làm mọi việc, miễn là có tiền chữa bệnh cho mẹ.
   저는 모든 일을 할 준비가 되어있어요. 어머니의 병을 고칠 돈만 있다면요.

6. Phải ăn kiêng lâu cũng đâu có sao, miễn là được giảm cân.
   얼마나 오래 다이어트를 해야 하는지는 상관없이, 살이 빠지기만 한다면 괜찮아요.

Người ta thường uống rượu để chúc mừng những việc quan trọng hoặc giảm căng thẳng. Tuy nhiên, nếu chúng ta uống quá nhiều bia và rượu thì có thể làm hại cho sức khỏe.

Ngoài ra, say rượu thì có thể gây ra nhiều vấn đề như tai nạn giao thông. Tôi thấy nhiều người nghiện rượu làm tổn thương tinh thần và gia đình.

사람들은 중요한 일을 축하하거나 스트레스를 풀기 위해 보통 술을 마셔요. 하지만, 너무 많은 술을 마시면 건강에 해를 끼칠 수 있어요.

게다가, 술에 취하면 교통사고와 같은 많은 문제를 일으킬 수도 있어요. 저는 술에 중독된 많은 사람들이 정신과 가족을 해친다고 생각해요.

독해

한글 해석

우리 동향 모임에는 훙 씨라고 주량이 상당한 사람이 있어요. 그는 한 번에 맥주 10병을 넘게 마셔도 취하지 않아요.

각종 파티에서 그는 보통 이 테이블 저 테이블을 오가며 친한 사람이든 아니든 구분없이 모두와 "100% 원샷"을 외치며 건배를 해요. 그의 아내는 그에게 자주 "여보, 많이 마시지 마세요. 건강을 지켜야죠." 라고 말해요. 아내의 그런 조언을 들을 때마다 그는 그저 웃기만 하며 "나도 알아요. 걱정 말아요. 친구들과 조금 취하더라도, 싸움을 일으키거나 주변 이웃들을 괴롭히지만 않으면 괜찮아요." 라고 대답해요. 조언을 계속 듣지 않으면 그의 아내는 핸드폰을 사서 그가 지금 어디에서 "취했는지"를 확인하고 차로 그를 데리러 가는 방법 밖에는 없어요. 듣자하니 그의 주량은 점점 더 늘고 있다고 해요.

하지만 최근 한 친구의 생일 파티에서 저는 그가 차를 주문하는 것을 보고 깜짝 놀랐어요! 그는 더이상 예전처럼 이 테이블에서 저 테이블로 옮겨 다니며 "건강을 위하여!" 라며 외치고 다니지 않아요. 그가 말하기를 최근에 피곤함을 자주 느껴, 건강 검진을 받으러 갔더니 의사 선생님께서 그에게 고혈압, 당뇨, 고지혈증과 다른 각종 지병 등 문제가 많다고 알려주셨다고 해요.

질문 답하기

1. ② Nét nổi bật của anh Hùng so với các bạn.   홍 씨가 다른 사람들과 다른점.

2. ① Anh Hùng không chú ý đến lời khuyên của vợ.   홍 씨는 아내의 조언에 주의를 기울이지 않아요.

3. ③ Lý do khiến anh Hùng bỏ rượu.   홍 씨가 금주를 하는 이유

한 눈에 보는 베트남 문화

한글 해석

베트남 전통 의학의 혜정(慧靜)과 해상난옹(海上懶翁)

베트남 전통 의학은 북쪽의 약(중국의 약재)와 남쪽의 약(베트남 본토의 약초)을 사용하여 질병을 치료하는 방식을 말합니다. 약 뿐만 아니라 침술, 뜸, 지압 등 다른 치료 요법도 적용합니다. 베트남 전통 의학은 동양 국가들의 전통 의학에 포함되어 동양 의학이라고 불리며, 이는 서양 국가들의 의학이라는 의미의 서양 의학과 구분하기 위해서입니다.

베트남 전통 의학 역사에서 혜정과 해상난옹은 두 위대한 명의로 꼽힙니다.

혜정(1330~?), 본명은 응우이엔 바 띤으로, 하이 즈엉 성, 껌 지앙 현이 고향입니다. 그는 독립적이고 자주적인 베트남 의학 체계를 설립하는 일에 큰 공을 세웠습니다. 그의 유명한 저서로는 남약신효(南藥神效)가 있습니다.

해상난옹, 본명은 레 흐우 짝(1720~1792)으로, 하이 즈엉 성, 드엉 하오 현에서 태어났습니다. 혼란스러운 시기에, 그는 흐엉 썬(하 띤 지역)으로 피난을 가서, 약학을 배우고 명의가 되었습니다. 오늘날까지, 그가 편찬한 의종심령(醫宗心嶺)은 베트남 전통 의학의 가장 가치있는 서적으로 여겨집니다.

약학 외에도, 해상난옹은 문학가로써도 저명합니다. 그의 저서 상경기사(上京記事)는 찡 썸 왕조 가문의 병을 치료하기 위해 초청된 그가 수도로 상경하여 보고 듣고 느낀 것에 대해 생동감있게 기록한 책입니다.

미니 독해 의견 말하기 모범답안

1. Ở Hàn Quốc, trẻ con thường bắt đầu đến trường từ 7-8 tuổi. Theo tôi, trẻ con nên bắt đầu đi học ở tuổi 10-11 tuổi là tốt nhất để dành thời gian với gia đình nhiều hơn.

   한국에서는 7~8살부터 학교에 가기 시작해요. 제 생각에, 아이들이 가족과 더 많은 시간을 보내기 위해서 10~11살에 학교를 가기 시작하는 것이 가장 좋다고 생각해요.

2. Sau khi tốt nghiệp đại học, tôi còn liên lạc với các bạn học cũ. Tôi rất thích tham gia vào hội cựu sinh viên. Ai mà ở lớp tôi cũng thích nói với tôi.

   대학교를 졸업한 후에, 저는 여전히 예전 친구들과 연락해요. 저는 동창회에 가는 것을 매우 좋아해요. 우리 반의 누구든 저와 대화하는 것을 좋아해요.

3. Kỷ niệm đẹp nhất của tôi là kỷ niệm với một cô giáo; tên là Lê. Cô giáo bao giờ cũng khuyến khích học sinh và giúp tôi học môn học mà tôi không giỏi.

   저의 가장 아름다운 기억은 레 라는 성함의 여 선생님과의 기억이에요. 선생님은 언제나 학생을 응원해 주시며 제가 잘하지 못하는 과목을 도와주셨어요.

4. Tiếng Việt là môn học tôi thích nhất. Tôi chỉ thích mỗi môn tiếng Việt. Còn các môn khác tôi không thích.

   베트남어는 제가 가장 좋아하는 과목이에요. 저는 베트남어만 좋아해요. 저는 다른 과목을 좋아하지 않아요.

회화

한글 해석

란	너 우리가 학교 다닐 때 기억나, 투야?
투	당연히 기억하지. 그때 정말 즐거웠어. 수업이 끝나면 우리는 쩨나 아이스크림 등을 먹으러 갔잖아.
란	학교에 가본 지 정말 오래되었어.
투	나도 그래. 아, 너 생물을 가르쳐 주셨던 마이 선생님 기억나?
란	키가 크고, 긴 머리인 마이 선생님, 맞지?
투	응, 맞아. 그거 아니, 지금도 여전히 그 학교에서 가르치고 계신대. 선생님은 내 조카를 가르치고 계셔.
란	그래? 요즘 선생님은 어떠셔? 내 기억에 나는 10학년과 11학년 때 생물을 정말 싫어했어. 그런데 마이 선생님과 공부하는 12학년 한 해 동안은 이 과목이 제일 좋았지.
투	나는 반대야. 나는 수학만 좋아했어.
란	그때 투가 반에서 수학을 가장 잘했다는 것을 모르는 사람이 누가 있겠어.

질문 답하기

1. Không. Đã lâu rồi Lan chưa về thăm trường cũ.

   아니오. 란은 학교를 방문한 지 오래되었어요.

2. Cô Mai dạy môn Sinh học.

   마이 선생님은 생물을 가르쳐요.

3. Không. Ngoài môn Toán, Thu không thích môn nào khác.

   아니오, 수학 외에, 투는 다른 어떤 과목도 좋아하지 않았어요.

4. Vì cô Mai dạy môn đó rất hay, rất thú vị. (câu này chỉ gợi ý)

   마이 선생님 덕분에 재미있고, 흥미로워졌기 때문이에요. (자유롭게 답변 가능)

📰 연습 문제

1

1. Bài thi môn Sử của bạn nam sinh viên được 6 điểm. Bài thi môn Sử của bạn nữ sinh viên không bao giờ bị điểm kém.
남학생의 역사 시험 점수는 6점이에요. 여학생은 역사 점수에서 낙제를 받은 적이 없어요.

2. Vì thầy giáo nói vừa dài vừa dở. Anh ta không thích thầy giáo nào trong trường đại học cả. Hồi học trung học, anh ta thích thầy giáo Hoàng nhất. Hiện nay anh ta vẫn học không giỏi / vẫn học dở.
왜냐하면 교수님이 길고 지루하게 말하기 때문이에요. 그는 대학교의 어떤 교수님도 마음에 들지 않아요. 학창시절, 그는 호앙 선생님을 가장 좋아했어요. 요즘 그는 여전히 공부를 잘하지 못해요.

3. Người đến tìm vị giáo sư là một nhà báo khá nổi tiếng. Trước đây anh ta học ở khoa Sử.
교수님을 찾아온 사람은 꽤 유명한 신문기자예요. 예전에 그는 역사 학과에서 공부했어요.

4. Ngày mai họ sẽ thi môn Anh văn. Phòng thi số B002. Vì Lan nghĩ/tưởng là tuần sau mới có thi.
내일 그들은 영어 시험을 치룰 예정이에요. 시험장은 B002이에요. 왜냐하면 란은 시험이 다음주라고 생각했기/착각했기 때문이에요.

📋 듣기 스크립트

1. **Hai sinh viên, một nam một nữ nói chuyện với nhau.**

   A Này, anh biết điểm thi môn Sử chưa?

   B Rồi.

   A Tốt không?

   B Không kém lắm. 6 điểm. Còn chị?

   A Tôi được 9 điểm.

   B Ồ, chị bao giờ cũng giỏi môn Sử nhất lớp. Hễ thi là được điểm 9 hay 10 thôi.

2. **Hai sinh viên, một nam một nữ nói chuyện với nhau.**

   A Mấy hôm nay sao anh không đi học?

   B Thầy giáo vừa nói dài vừa nói dở. Chán lắm.

   A Ai dạy mà anh không chê. Có bao giờ nghe anh khen thầy giáo nào đâu.

   B Có chứ. Tôi chỉ thích mỗi thầy Hoàng hồi tôi học trung học thôi. Thầy ấy thật là tuyệt vời, không ai bằng.

   A Chê thầy giáo mà anh có học giỏi đâu. Bao giờ cũng phải thi lại hai, ba môn. Đúng không?

3. **Cô thư ký thưa chuyện với một vị giáo sư già.**

   A Thưa thầy, sáng nay có một người tìm thầy ạ.

   B À, thế à? Người ấy có nói tên gì không?

   A Dạ, không ạ. Anh ấy chỉ nói là sinh viên cũ của thầy.

   B Thế, anh ấy là người như thế nào?

   A Dạ, em không chú ý lắm. Chỉ nhớ anh ấy da hơi ngăm đen, người hơi béo, có đeo kính cận.

   B À, tôi biết rồi. Anh ấy trước đây là sinh viên khoa Sử nhưng lại rất thích làm thơ, viết văn. Bây giờ anh ấy là một nhà báo khá nổi tiếng đấy.

4. **Hai nữ sinh viên đang nói chuyện với nhau về môn thi ngày mai**

   LAN Ngày mai, thi môn gì vậy, chị Hoa?

   HOA Anh văn. Bắt đầu lúc tám giờ. Lan nhớ đi thi đúng giờ đấy nhé! Hễ đến muộn là sẽ không được vào phòng thi đấy.

   LAN Trời ơi, sao lần này khó quá vậy? Thi phòng nào vậy, chị?

   HOA Phòng B002.

LAN Phòng B002 hả chị? Cám ơn chị nhé. Chết rồi. Tôi cứ nghĩ là tuần sau mới đi thi nên chưa chuẩn bị gì cả. Làm sao bây giờ?

Tôi thích các môn Văn, Toán, Ngoại ngữ, vì đây là các [1] môn học quan trọng nhưng tôi thích môn [2] Sử nhất. Môn này cho tôi biết về quá khứ của dân tộc mình, về các cuộc chiến tranh, các sự kiện quan trọng trên thế giới v.v.. Theo tôi, học Sử không phải chỉ [3] học thuộc lòng là đủ. Cũng như các môn khác, môn Sử cũng đòi hỏi người học phải tổng hợp, [4] phân tích, suy luận. Theo tôi, một người [5] giỏi môn Lịch sử cũng là một người rất thông minh.

저는 중요한 과목인 문학, 수학, 외국어도 좋아하지만 가장 좋아하는 과목은 역사예요. 이 과목은 저에게 민족의 과거, 전쟁, 세계의 중요한 사건들 등에 대해 알려주기 때문이에요. 저는 역사가 단순히 암기 과목만은 아니라고 생각해요. 다른 과목들처럼, 역사 또한 종합하고, 분석하며, 추론해내야 해요. 제 생각에, 역사를 잘 아는 사람은 매우 똑똑한 사람이라고 생각해요.

Tiểu học (lớp 1-6) → trung học (lớp 1-3) → trường học phổ thông (lớp 1-3) → đại học (năm thứ 1-4)

초등학교 (1~6학년) → 중학교 (1~3학년) → 고등학교(1~3학년) → 대학교 (1~4학년)

Thứ Hai	Thứ Ba	Thứ Tư	Thứ Năm	Thứ Sáu	Thứ Bảy
Vật lý	Ngữ văn	Toán học	Giáo dục công dân	Lịch sử	Toán học
물리	국어	수학	공민교육	역사	수학
Hóa học	Tiếng Anh	Thể dục	Hóa học	Địa lý	Sinh học
화학	영어	체육	화학	지리	생물
Ngữ văn	Sinh học	Lịch sử	Kỹ thuật	Toán học	Tiếng Anh
국어	생물	역사	기술	수학	영어
Tiếng Anh	Toán học	ĐịA lý	Vật lý	Ngữ văn	Vật lý
영어	수학	지리	물리	국어	물리

1. Hễ không hiểu chỗ nào là tôi thường nhờ anh ấy giải thích hộ.
   어떤 부분이 이해되지 않으면 저는 그에게 도움을 요청해요.

2. Hễ học hết năm bài trong sách là chúng tôi có một bài kiểm tra ngắn.
   교과서를 다 공부하면 우리는 간단한 테스트를 봐요.

3. (Năm nào cũng vậy,) hễ thi xong học kỳ hai là tôi chuẩn bị về quê nghỉ hè.
   (매년 그렇듯,) 2학기 시험이 끝나면 여름 휴가로 고향 갈 준비를 해요.

4. (Năm nào cũng vậy,) hễ vào khoảng tháng tám là phụ huynh phải chuẩn bị cặp sách mới cho con em mình.
   (매년 그렇듯,) 8월쯤이 다가오면 부모님은 자녀를 위한 새 가방을 준비해요.

5. Nó đã cố gắng rất nhiều nhưng hễ đến giờ Văn là nó lại buồn ngủ.
   그 애는 정말 많이 노력하지만 문학 시간마다 졸아요.

6. (Bao giờ cũng vậy,) hễ có kiểm tra toán là nó lại được điểm cao nhất lớp.
   (언제나 그렇듯,) 수학 시험이 있으면 그 애는 반에서 가장 높은 점수를 받아요.

1. <u>Ai mà hiểu</u> được thầy giáo ấy nói gì.   누가 그 선생님 말을 이해할 수 있겠어요.

2. <u>Ai mà không biết</u> cô ấy là một sinh viên xuất sắc.   누가 그녀가 훌륭한 학생이라는 것을 모르겠어요.

3. <u>Ai mà tin</u> được là nó đã thi đỗ 3 trường đại học.   누가 그 애가 대학을 세 군데나 합격했다는 것을 믿겠어요.

4. Thầy giáo ấy rất nghiêm, <u>ai mà không sợ</u>.   매우 엄격한 선생님이신데 누가 무서워하지 않겠어요.

5. Những kỷ niệm của thời còn là học sinh trung học thật đẹp nên chúng tôi <u>ai mà không nhớ</u>.
   학창시절의 추억이 정말 아름다운데 우리들 중 누가 그것을 기억하지 않겠어요.

6. <u>Ai mà ngờ</u> được anh ấy (lại) thi rớt đại học/không đậu đại học.
   그가 대학에 떨어질 것이라고/합격하지 못할 것이라고 누가 예상했겠어요.

1. Gần đến ngày thi, anh ấy <u>bao giờ cũng</u> ở thư viện 10 tiếng một ngày. / Gần đến ngày thi, <u>bao giờ</u> anh ấy <u>cũng</u> ở thư viện 10 tiếng một ngày.
   시험날이 다가오면, 그는 언제나 하루 10시간씩 도서관에 있어요.

2. Những sinh viên nghèo, học giỏi <u>bao giờ cũng</u> được mọi người mến phục. / <u>Bao giờ</u> những sinh viên nghèo, học giỏi <u>cũng</u> được mọi người mến phục.
   가난한데 성적이 우수한 학생들은 언제나 모두가 존경해요.

3. Các học sinh <u>bao giờ cũng</u> thi học kỳ một trước kỳ nghỉ Giáng sinh. / <u>Bao giờ</u> các học sinh <u>cũng</u> thi học kỳ một trước kỳ nghỉ Giáng sinh.
   모든 학생들은 언제나 크리스마스 연휴 전에 1학기 기말고사를 치뤄요.

4. Quang <u>bao giờ cũng</u> nói (nó) đau đầu sau khi học vẽ và học đàn xong. / <u>Bao giờ</u> Quang <u>cũng</u> nói nó đau đầu sau khi học vẽ và học đàn xong.
   미술 수업과 음악 수업 후에 꾸앙은 언제나 머리가 아프다고 말해요.

5. Đội văn nghệ của lớp tôi <u>bao giờ cũng</u> được giải thưởng cao của trường. / <u>Bao giờ</u> đội văn nghệ của lớp tôi <u>cũng</u> được giải thưởng cao của trường.
   우리 반 공연팀은 언제나 학교에서 높은 상을 수상해요.

6. (Sau khi học bài và làm bài xong,) nó <u>bao giờ cũng</u> ngồi vẽ cho đến 10 giờ tối. / <u>Bao giờ</u> nó <u>cũng</u> ngồi vẽ cho đến 10 giờ tối.
   (공부를 끝내고 난 후에,) 그 애는 언제나 밤 10시까지 앉아서 그림을 그려요.

독해

한글해석

여러분은 요즘 신문에서 사람들이 자녀들에게 너무 많은 추가 학습을 시키는 것에 대해 비판하는 것을 보았나요? 학교 수업 외에도, 많은 부모들이 수학, 화학, 문학, 영어와 같은 주요 과목을 더 공부하도록 강요해요. 몇몇 아이들은 수영, 그림, 악기 연주까지 배우느라 놀거나 즐길 여유 시간이 없어요.
이에 대한 부모들의 설명은 자녀의 종합적인 발전을 위한 것이라고 말해요. 그들의 자녀들은 학교 주요 과목들뿐만 아니라 악기 연주나 영어까지 유창하게 구사해야 해요. 만약 아이가 책상에 앉을 때마다 머리가 아프다고 하면 부모들은 아이가 게으름을 피우거나 집에서 쉬기 위한 핑계를 대는 것이라고 생각해요.
자, 여러분이 보기에 그들은 정말 논리적이지 못하죠. 그에 비해 저는 제 자녀들에게 그렇게 압박을 주지 않아요. 제 아이들은 모두 주간 학교에 다녀요. 매일 아이들은 오후 4시까지만 공부하고 매주 일요일에 미술 수업과 발레 수업을 다니는 것이 전부예요. 그러나 영어는 월요일, 수요일, 금요일 저녁에만 제 남편이 아이들을 가르쳐요. 제 아이들이 공부를 더 할 필요가 어디 있을까요!

질문 답하기

1. ② Việc trẻ con bị buộc đi học thêm là vấn đề được báo chí quan tâm.
   어린이들의 추가 학습 문제에 대한 언론의 관심.

2. ③ Mục đích của phụ huynh khi bắt con đi học thêm.   부모들이 추가 학습을 시키는 목적.

3. ③ Tác giả cho rằng con mình không bị bắt buộc học thêm.   화자는 자신의 아이들에게 추가 학습을 강요하지 않는다는 주장.

🏮 한 눈에 보는 베트남 문화

Bài 4

📖 미니 독해 의견 말하기 모범답안

1. Tôi nghĩ tiền bạc rất quan trọng trong cuộc sống của con người.

   Tuy nhiên, tôi nghĩ nếu không có tiền người ta vẫn có thể sống hạnh phúc được. Vì sự hạnh phúc không chắc chắn liên quan đến mức độ giàu có.

   Tôi nghĩ sức khỏe, mối quan hệ gia đình-bạn bè, trải nghiệm cuộc sống đều là những yếu tố mang lại sự hạnh phúc.

   돈은 인간의 삶에 매우 중요하다고 생각해요.

   그러나, 만약 돈이 없더라도 행복하게 살 수 있다고 생각해요. 왜냐하면 행복은 부유한 정도와 완전히 연관되어 있지는 않기 때문이에요.

   저는 건강, 가족-친구와의 관계, 삶의 경험들이 모두 행복을 가져다주는 요소라고 생각해요.

2. Khi tôi còn bé, cha mẹ thường xuyên cho một khoản tiền. Tôi tự quản lý tiền và dành tiền từ khi tôi còn nhỏ.
   Điều này giúp tôi hiểu về giá trị tiền bạc.

   제가 어렸을 때, 부모님께서는 보통 조금의 돈을 주셨어요. 저는 어렸을 때부터 스스로 돈을 관리하고 저축을 했어요. 이것은 제가 돈의 가치를 이해하는데 도움이 되었어요.

3. Tôi đồng ý câu "nên cho trẻ em tiền sau khi chúng làm xong các công việc nhà". Vì nó giúp trẻ em trở nên trách nhiệm hơn trong gia đình của họ.

   Còn tôi không đồng ý câu "Cha mẹ cho trẻ một khoản tiền để chúng tiêu xài theo ý thích". Vì họ chưa biết cách sử dụng và quản lý tiền nên có thể lãng phí tiền.

   저는 "집안일을 끝낸 아이에게 돈을 주는 것이 좋다"라는 문장에 동의해요. 왜냐하면 그것은 아이들이 가족에 대해 더욱 책임감을 가지도록 도와주기 때문이에요.

   그런데 저는 "원하는 것에 따라 돈을 쓸 수 있도록 일정 금액을 주는 것이 좋다"라는 문장에는 동의하지 않아요. 왜냐하면 그들은 아직 돈을 관리하고 사용하는 방법을 모르기 때문에 돈을 낭비할 수 있어요.

🗣 회화

한글해석

아들   엄마!

엄마   뭐야? 또 돈을 달라는 거니? 아침에 엄마가 20만동을 줬잖니. 너는 엄마가 돈방석 위에 앉아 있는 줄 알아?

아들   엄마는 20만동이 많은 돈이라고 생각하세요? 친구들이랑 몇 번 돌아다니면 금방 다 써버려요.

엄마   너는 매일 얼마를 써버리는 거니? 돈은 절대 쉽게 버는 게 아니야. 너는 너희 아빠가 얼마나 힘들게 일하셔서 돈을 버는 것인지 알고 있니?

아들   하지만 엄마, 아빠는 돈이 부족한 적이 절대 없었잖아요? 그만, 됐어요. 저는 이제 엄마한테 절대 돈을 달라고 하지 않을 거예요.

엄마   엄마가 겨우 몇 마디 했다고 짜증을 내는구나.

아들   필요없어요. 아마도 엄마, 아빠는 저를 사랑하지 않는 것 같아요.

엄마   어째서 사랑하지 않겠니? 하지만 아들, 네가 할 일을 찾아봐야 해. 너는 이제 다 컸잖니...

아들   제가 돈을 달라고 하기만 하면 엄마는 이렇게 저렇게 해야한다고 말씀하시잖아요. 정말 짜증나요. 됐어요, 엄마 20만동만 주세요. 친구들이 곧 다와간단 말이에요.

질문 답하기

1. Theo tôi, gia đình họ giàu. Tôi nghĩ vậy vì người con tiêu rất tiền nhiều trong một ngày. / Vì người mẹ cho con một ngày những hai trăm ngàn đồng.

   저는 이 가족이 부유하다고 생각해요. 제가 그렇게 생각하는 이유는 아들이 하루에 쓰는 돈이 정말 많기 때문이에요. / 왜냐하면 엄마가 아들에게 하루에 20만동이나 주기 때문이에요.

2. Người con không làm việc gì cả. Anh ta chỉ thích đi chơi với bạn bè.

   아들은 아무 일도 하지 않아요. 그는 친구들과 놀러가는 것만 좋아해요.

3. Vì anh ta đã lớn rồi, không thể sống phụ thuộc vào ba mẹ mãi được.

   왜냐하면 그는 이미 다 컸기 때문에, 계속 부모님께 의존해서 살 수는 없기 때문이에요.

4. (Tùy học viên nhưng phải giải thích hợp lý. Đáp án gợi ý) Theo tôi, người mẹ thường cho con tiền như vậy là không đúng. Vì người con sẽ thấy mình không cần phải đi làm vẫn có dư tiền để tiêu xài.

   (여러분의 의견에 따라 답해보세요). 제 생각에, 엄마가 자녀에게 돈을 주는 방식은 옳지 않아요. 왜냐하면 아들은 돈을 아무리 써도 계속해서 쓸 수 있다고 생각하니까 일을 하러 갈 필요가 없다고 느끼기 때문이에요.

📖 연습 문제

1

1. Vì anh ấy vừa lo sửa nhà vừa lo không đủ tiền. Tiền sửa nhà tất cả là 10 triệu đồng. Vay tiền ở ngân hàng là không dễ.

   왜냐하면 그는 집 수리가 걱정되기도 하고 충분하지 않은 돈도 걱정되었기 때문이에요. 집 수리 비용은 모두 천만동이에요. 은행에서 돈을 빌리는 일은 쉽지 않아요.

2. Người chồng muốn mua một cái máy hút bụi. Người vợ đề nghị gửi tiết kiệm ở ngân hàng. Lãi suất ngân hàng là 12% một năm.

   남편은 청소기 한 개를 사고 싶어해요. 아내는 은행에 돈을 저축하길 권했어요. 은행의 이자율은 일년에 12%예요.

3. Người chồng ấy đã mua một tờ báo. Anh ta đã làm mất hai trăm ngàn.

   남편은 신문을 샀어요. 그는 20만동을 썼어요.

듣기 스크립트

1. A Sao dạo này trông anh có vẻ mệt mỏi vậy?

   B Mấy tháng nay tôi đang lo sửa nhà. Mệt lắm. Lúc đầu tôi tưởng là tốn chừng hai, ba triệu thôi. Nhưng đã chi năm triệu rồi, bây giờ lại phải thêm năm triệu nữa mới đủ. Không biết lấy tiền đâu ra bây giờ.

   A Sao anh không vay tiền ở ngân hàng?

   B Đâu có dễ, anh.

2. A Tiền thưởng tháng này anh định mua một cái máy hút bụi, em thấy có được không?

   B Mới có một ít tiền mà đã muốn xài sang rồi. Em thấy nhà mình chưa cần đâu. Mua thêm một cái tivi đi, anh. Mỗi lần anh xem bóng đá, em không được coi phim.

   A Nhưng mà phải có ít nhất năm triệu mới mua tivi được. Mình đâu có đủ tiền.

   B Vậy thì mình gửi tiết kiệm ở ngân hàng đi. Anh thấy không, 10 triệu của mình mới gửi ngân hàng có 6 tháng đã lãi được 600 ngàn đồng rồi. Lãi suất ngân hàng bây giờ là 12% một năm đấy.

3. A Tiền anh để trong túi đâu rồi, em?

   B Em đâu có biết. Anh xem lại lần nữa coi. Sáng nay anh có mua gì không?

   A Anh chỉ mua một tờ báo thôi. Lúc trả tiền thấy trong túi vẫn còn bốn tờ năm chục ngàn mà.

   B Bốn tờ năm chục ngàn? Trời ơi. Chắc là anh làm rơi ở đâu rồi. Tiền bạc anh tưởng là dễ kiếm lắm đấy hả?

Tôi luôn luôn nghĩ ¹⁾ đến tiền. Lý do là tôi thường phải lo lắng về việc ²⁾ kiếm tiền để trang trải những ³⁾ chi phí cần thiết như tiền ăn, tiền nhà, tiền điện, tiền nước. Thường đến cuối tháng tôi chẳng còn một xu dính túi. Trước đây, tôi đã phải bỏ học sớm vì không có đủ tiền đóng ⁴⁾ học phí. Bây giờ vì không có tiền nên tôi chẳng làm được việc gì cả. Tôi cũng không mong gì đến việc cưới vợ. Tôi không dám ⁵⁾ vay tiền của bạn bè nữa vì tôi đã vay họ nhiều lần rồi mà chưa trả được. Vay ở ngân hàng tuy lãi suất thấp nhưng nghe nói phải có một số điều kiện gì đó thì mới vay được. ⁶⁾ Giá mà tôi trúng số nhỉ?

저는 항상 돈에 대해 생각해요. 그 이유는 제가 돈을 벌어서 식비, 집세, 전기세, 수도세와 같은 필수 비용을 지불해야 하는 걱정을 자주 하기 때문이에요. 보통 월말이 오면 주머니에 동전 한 푼 없어요. 예전에, 저는 학비를 납부할 돈이 충분하지 않아서 학업을 일찍 그만두어야 했어요. 지금은 돈이 없어서 아무것도 할 수가 없어요. 저는 아내와의 결혼 또한 꿈꾸지 못하고 있어요. 저는 이미 예전에 여러 번 돈을 빌리고 갚지 못해서 친구들에게 함부로 돈을 빌리지도 못해요. 은행에서 돈을 빌리면 비록 이자율은 낮지만 몇몇 조건들이 필요하다고 해요. 만약 복권에 당첨된다면 어떨까요?

1. chẳng còn một xu dính túi	주머니에 동전 한 푼 없다
2. bỏ học	학업을 그만두다
3. đóng (học phí)	(학비를) 납부하다
4. học phí	학비
5. chi phí	비용

 모범답안

mua nhà, mua xe hơi, đóng học phí, tiết kiệm

집 구매, 자동차 구매, 학비 납부, 저축

5

1. Mới giữa tháng mà anh đã tiêu hết tiền học bổng rồi à?

   아직 월 중순인데 장학금을 다 써 버렸다고요?

2. Mới đầu tháng mà bà ấy đã đòi tiền nhà rồi à?

   이제 월초인데 그녀가 집세를 요구한다고요?

3. Mới 10 tuổi mà cậu bé ấy đã kiếm được năm chục ngàn mỗi ngày à?

   겨우 10살인데 그 애는 매일 5만동을 번다고요?

4. Con mình mới học lớp mười mà em đã nghĩ đến việc mua xe máy rồi à?

   아이가 겨우 10학년인데 오토바이 사줄 생각을 한다고요?

5. Mới ngày 29 mà bạn đã đi trả tiền thuê nhà rồi à?

   겨우 29일인데 집세를 내러 간다고요?

1. Hình như anh ấy đang chuẩn bị về quê thì phải.

   아마 그는 고향으로 돌아가려고 준비하고 있나 봐요.

2. Hình như An vừa mới nhận lương thì phải.

   아마 안은 방금 월급을 받았나 봐요.

3. Hình như Hải vừa bị ông giám đốc khiển trách thì phải.

   아마 하이는 사장님께 혼이 났나 봐요.

4. Hình như Hùng đang cần tiền để làm gì đó thì phải.

   아마 홍은 어떤 일을 하기 위해서 돈이 필요한가 봐요.

5. Hình như họ sợ bị nhà gái coi thường thì phải.

   아마 그들은 신부측에게 무시당할까 봐 걱정하나 봐요.

6. Hình như dạo này sức khỏe anh Nam có vấn đề gì thì phải.

   아마 요즘 남 씨의 건강에 문제가 있나 봐요.

1. Có học tiếng Việt nhiều mới biết tiếng Việt không dễ chút nào.

   베트남어 공부를 많이 해야 비로소 베트남어가 절대 쉽지 않다는 것을 알게 돼요.

2. Phải để dành tiền trong ba năm anh ấy mới mua được cái xe máy này.

   3년 동안 돈을 모아 비로소 그는 이 오토바이를 살 수 있게 되었어요.

3. Phải chính cô Lan nói tôi mới tin chuyện ấy là có thật.

   란 씨가 내게 직접 말해야 비로소 그 이야기가 진실이라고 믿어요.

4. Ông phải hoàn tất các thủ tục này thì mới nhận được tiền hưu trí.

   이 절차를 전부 완료해야만 비로소 퇴직연금을 받을 수 있어요.

5. Làm ăn không có kế hoạch như công ty ấy thì mới bị phá sản.

   그 회사처럼 계획없이 사업을 하면 파산하게 돼요.

6. Phải có thật nhiều tiền mới dám bước vào một khách sạn sang trọng như vậy.

   정말 많은 돈이 있어야만 비로소 그런 호화로운 호텔에 갈 수 있어요.

8

1. Tôi tưởng chiếc xe hơi đời mới đó là của anh (Nam) (chứ).

   나는 그 새 차가 (당연히) (남 씨)당신의 것인 줄 알았어요.

2. Xin lỗi anh, tôi tưởng là chiều nay mình sẽ được lĩnh lương (chứ).

   죄송하지만, 나는 오늘 오후 내가 (당연히) 월급을 받을 줄 알았어요.

3. Tôi tưởng để tiền ở nhà là an toàn lắm chứ.

   저는 돈을 집에 두면 당연히 안전한 줄 알았어요.

4. Tôi tưởng kinh doanh tiệm ăn dễ có lãi lắm chứ.

   저는 음식점으로 이윤을 내는 게 쉬울 줄 알았어요.

5. Anh/Chị tưởng tôi nhiều tiền lắm hả? / Anh/Chị tưởng tôi ngồi trên đống vàng chắc?

   당신은 제가 돈이 많은 줄 아세요? / 당신은 제가 돈방석 위에 앉아 있는 줄 아세요?

9

1. Nó đâu có vay tiền của tôi.

   그 아이는 제 돈을 결코 빌리지 않았어요.

2. Công ty đâu có tài trợ cho dự án của tôi (đâu).

   회사는 절대 제 프로젝트를 지원해주지 않아요.

3. Tôi đâu có rảnh mà đi uống bia với anh.

   저는 당신과 맥주 마시러 갈 시간이 전혀 없어요.

4. Tôi đâu có trúng thưởng xe máy (nào đâu).

   저는 (어떤) 오토바이도 당첨되지 않았어요.

5. Công ty chúng tôi đâu có còn nợ lương công nhân (tháng nào đâu).

   우리 회사는 전혀 (어떤 달도) 월급이 밀리지 않았어요.

6. Tôi đâu có sắp được tăng lương (đâu).

   제 월급은 전혀 오르지 않을 거예요.

10 모범답안

Đối với tôi, tiền bạc không phải là yếu tố quan trọng nhất. Điều quan trọng nhất là sự hài lòng trong cuộc sống của tôi.
Tiền cũng có thể mang lại an ninh tài chính. Nhưng đó chỉ là một phần yếu tố cho sự hài lòng trong cuộc sống thôi.
Đối với tôi, những yếu tố khac như mối quan hệ, thành tích học tập, trải nghiệm cuộc sống quan trọng hơn tiền bạc.

저에게 있어서, 돈은 가장 중요한 요소가 아니에요. 가장 중요한 점은 제 인생에 만족하는 지예요.
돈은 재정적 안정을 가져다줄 수 있어요. 하지만 그것은 인생의 만족도를 위한 하나의 요소일 뿐이에요.
저에게 있어서, 인간관계, 학업 성적, 인생 경험과 같은 다른 요소들이 돈보다 더 중요해요.

독해

한글 해석

다음은 자식이 공부를 열심히 하도록 격려하는 한 부부의 방식입니다.
그들은 아홉 살짜리 아들 하나가 있어요. 어릴 때부터 그 아이는 눈에 띄게 영특했어요. 겨우 세 살밖에 되지 않았지만 글자를 읽을수 있었고, 여러 시를 외웠어요. 학교에 입학하고, 아이는 항상 선생님들로부터 말을 잘 듣고, 공부를 잘 한다는 칭찬을 받았어요. 젊은 부부는 자신들의 소중한 아들에게 많은 희망을 걸었어요.
더 높은 학업 성적을 이룰 수 있도록 아이를 격려하기 위해 어느 날 아버지는 아들을 불러 다음과 같은 조건을 걸었어요: "오늘부터, 네가 10점을 받을 때마다 1만동을 상으로 줄거야. 그러나 9점을 받으면 회초리 한 대, 8점을 받으면 두 대, 7점은 세 대... 알겠니?" 매일 오후, 아들이 학교에서 나오면 아빠는 "오늘은 몇 점을 받았니?" 하고 물었고, 그때마다 아이는 10점을 받았다고 대답했어요.
어느 날, 부부는 선생님으로부터 말씀드릴 것이 있으니 학교에 방문해달라는 전화를 받았어요. 선생님은 아이가 같은 반 학생들 몇 명에게 돈을 주고 숙제를 베껴왔다는 것을 알려주었어요. 아마 아이에게는 어떤 걱정이 있었나 봐요. 부부는 아이에게 크게 실망을 했어요. 그들은 아이가 더 열심히 공부할 수 있도록 "참신한 아이디어"를 생각해낸 줄로만 알았지만, 그 결과는 그들이 생각했던 것과 반대였어요.

질문 답하기

1. ② Niềm hy vọng của hai vợ chồng là đứa con thông minh của họ.
   영특한 자녀에 대한 부모의 기대

2. ① Cách mà người bố khuyến khích con học tập.
   아버지가 자녀의 학업을 장려하는 방법

3. ③ Sự thật về kết quả học tập của con.
   아이의 학업 결과에 대한 진실

한 눈에 보는 베트남 문화

한글 해석

옛날 베트남 화폐의 특징
옛날 베트남 돈은 구리로 만들어 졌으며, 둥근 모양에 사각형 구멍이 있는, 중국의 동전을 모방한 형태였습니다.
역사적인 면에서 보면, 박당 강에서 응오 꾸이엔 장군이 남한(南汉)군을 상대로 승리하고 베트남이 독립을 쟁취한 후(938년)와 딘 띠엔 호앙왕의 재위(939년)부터 968년까지 화폐를 주조했습니다. 베트남 최초의 동전은 둥근 모양에 사각형 구멍이 있으며, 위에는 "태평흥보(太平興寶)"라는 글귀가 적혀 있고, 동전의 뒷면에는 "딘"을 새겼습니다. 이어진 왕조 '레, 리, 쩐, 허우 레, 떠이 썬, 응우이엔' 모두 동전 주조를 실시했습니다.
보편적으로, 베트남의 옛날 화폐는 총 세 단위로 나눠집니다:
– 동: 가장 작은 단위, 더 작은 단위로 나눌 수 없음.
– 띠엔: 두 번째로 작은 단위, 원칙적으로는 01띠엔은 100동과 동일합니다. 그러나, 실제로는 100동 미만으로 규정되었습니다.
– 관: 가장 높은 가치의 단위. 1관은 어느 경우든 10띠엔과 동일합니다. 만약 01띠엔이 당시 60동의 가치일 경우, 01관은 600동의 가치를 지닙니다: 과거 남편의 학업을 보필하던 아내의 마음을 표현하는 시의 한 구절에서도 당시 '관'의 단위를 알 수 있습니다.
1관은 600동, 시험을 치르거는 남편을 위해 매달 저축을 하네.
오늘날 하노이에는, 베트남 옛날 과거시험을 치르던 시기를 간직하고 있는 짱 티 지역이나 짱 띠엔 (동전을 주조했던 장소)등 우리가 예전 베트남 화폐의 역사에 대해 기억해 볼 수 있는 장소들이 있습니다.

📖 의견 말하기 모범 답안

1. Theo tôi người khỏe mạnh là người không có bệnh tật. Tôi có thể căn cứ vào bề ngoài của một người nào đó để nói rằng người đó có sức khỏe tốt. Ví dụ như một người không có bệnh tật thì không ho và không có sốt cao. Họ cũng không có dấu hiệu của mệt mỏi. Người khỏe mạnh luôn luôn cười và tích cực.

   제 생각에 건강한 사람은 병이 없는 사람이에요. 저는 사람의 외모를 보고 그 사람이 건강한 지 판단할 수 있어요. 예를 들어 병이 없는 사람은 기침을 하지 않고 열도 없어요. 그들은 피곤한 기색도 없어요. 건강한 사람은 언제나 웃고 적극적이에요.

2. Tôi không đồng ý về ý kiến sức khỏe quý hơn tiền bạc. Tôi nghĩ rằng sức khỏe và tiền bác đều quan trọng trong cuộc sống và chúng quý bằng nhau. Lý do vì sao tôi nghĩ như vậy là tiền bạc mang lại an ninh sức khỏe, còn sức khỏe tốt tạo điều kiện làm việc hiệu quả.

   저는 건강이 돈보다 귀중하다는 말에 동의하지 않아요. 제 생각에 건강과 돈 모두 인생에서 중요하고, 그것은 똑같이 귀중해요. 제가 그렇게 생각하는 이유는 돈은 건강의 안정을 가져다주기 때문이고, 건강은 효과적으로 일할 수 있게 하는 조건을 만들어주기 때문이에요.

3. Khi còn học trung học, tôi có nhiều kỷ niệm với bạn bè. Chúng tôi không chỉ cùng đi học mà còn cùng nhau đi chơi và ăn uống nữa. Lúc đó, tôi nói chuyện với bạn bè nhiều hơn cha mẹ. Đặc biệt, tôi rất thích buổi thảo luận trong trường. Vì chúng tôi có thể chia sẻ ý kiến khác nhau, hiểu biết về nhau sâu sắc hơn.

   학창시절 저는 친구들과 많은 추억이 있어요. 우리는 같이 공부를 할 뿐만 아니라, 함께 놀러가고 밥도 함께 먹었어요. 그때, 저는 부모님보다 친구와 더 많은 대화를 했어요. 특히, 저는 학교에서 토론 시간을 가장 좋아했는데, 우리는 서로 다른 의견을 나누고, 더 깊이 이해할 수 있었기 때문이에요.

4. Lan là một người bạn với tóc màu đen dài, mũi cao và miệng nhỏ. Lan thấp hơn mình nhưng có đôi mắt to, có bàn tay bé xíu nên có vẻ dễ thương. Lan không chỉ là một người bạn xinh đẹp mà còn là học sinh giỏi. Tính tình của cô ấy rất hòa nhã và tích cực.

   란은 검고 긴 머리에, 높은 코와 작은 입을 가진 친구였어요. 란은 저보다 키가 작았지만 큰 두 눈과 작은 손을 가지고 있어 귀여워 보였어요. 란은 예쁜 사람일 뿐만 아니라 우수한 학생이었어요. 그녀의 성격은 온화하고 적극적이었어요.

📰 연습 문제

1

1. Vì Hùng thay đổi nhiều quá.
   왜냐하면 훙이 너무 많이 바뀌었기 때문이에요.

2. Họ đã không gặp nhau 20 năm rồi.
   그들은 만나지 못한지 20년이 되었어요.

3. Trước đây Hùng rất béo. Bây giờ anh ấy gầy vì phải đi làm (chứ không ở không như trước đây).
   예전에 훙은 매우 뚱뚱했어요. 지금 그는 일을 해야 해서 (예전과는 전혀 다르게) 말랐어요.

2

1) Trời ơi, bây giờ tôi mới nhận ra.   이런, 지금에서야 내가 알아봤네.
   정답: ③ Tôi chỉ có thể nhận ra vào lúc này, trước đó thì không thể.   나는 지금에서야 알아챘고, 예전에는 알 수 없었다.

2) Ai mà nhận ra được.   누가 알아볼 수 있겠어.
   정답: ① Không ai có thể nhận ra được.   누구도 알아볼 수 없다.

3) Làm sao mà không thay đổi được.   어째서 바뀌지 않을 수 있겠어.
   정답: ② Không thể không thay đổi.   바뀌지 않을 수 없다.

4) (Ừ nhỉ), mới đó mà đã 20 năm rồi.   (그러게 말이야), 어느덧 20년이 되었네.
   정답: ③ Thời gian qua nhanh quá và họ đã không gặp nhau 20 năm.   시간은 너무 빨리 흘렀고 그들은 만나지 않은 지 20년이 되었다.

5) ...đâu có được như xưa nữa.   더이상 예전과 결코 같을 수 없어.
   정답: ③ Không được như trước kia.   예전과 같을 수 없다.

3

1. Trong số ba người thì Tân lập gia đình muộn nhất.

   세 사람 중 떤이 가장 늦게 결혼을 해요.

2. Theo Tân, người mà anh ấy yêu không cần đẹp, chỉ cần hợp với tính tình của anh ấy.

   떤은 그가 사랑하는 사람은 예쁠 필요가 없고, 그의 성격과 잘 맞기만 하면 된다고 말해요.

3. Người Tân yêu là giáo viên.

   떤이 좋아하는 사람은 선생님이에요.

4. Vì Hùng nghe Tân nói: "Hễ không gặp cô ấy hai, ba ngày là tôi thấy như thiếu một cái gì đó". / (Vì Tân nói là không gặp cô ấy hai ba ngày là thấy nhớ.)

   왜냐하면 흥이 듣기에 떤은 "그녀를 2, 3일 만나지 않으면 무언가가 빈 것 같아" 라고 말했기 때문이에요. / (왜냐하면 떤이 그녀를 2, 3일간 만나지 않으면 보고싶다고 말했기 때문이에요.)

4

1) (Không). Cô Thủy Anh văn kia.

   (아니야). 영문학의 투이 말이야.

   정답: ② Cô Thủy Anh văn chứ không phải cô khác.

   영문학의 투이를 말하는 것이지 다른 사람이 아니다.

2) Thủy bao giờ cũng giỏi Anh văn nhất lớp mình.

   투이는 언제나 우리 반에서 영어를 가장 잘했다.

   정답: ① Thủy luôn luôn giỏi Anh văn nhất lớp.

   투이는 항상 반에서 영어를 가장 잘한다.

3) Tôi thì không cần trẻ, đẹp, miễn là người hợp với tính tình của mình là được.

   나는 어리고 예쁜 것은 필요하지 않아, 나와 성격이 잘 맞기만 하는 사람이면 돼.

   정답: ① Trẻ và đẹp, theo tôi không quan trọng. Điều kiện duy nhất là người ấy có hợp với tính tình của mình không.

   어리고 예쁜 것은, 나에게 중요하지 않다. 유일한 점은 그 사람이 나의 잘 맞는 성격인지 아닌지이다.

4) Hễ không gặp cô ấy khoảng hai, ba ngày là tôi thấy như thiếu một cái gì đó.

   2, 3일 정도 그녀를 만나지 않으면 무언가 하나 빠진 느낌이야.

   정답: ② Tôi luôn luôn thấy như thiếu một cái gì đó nếu không gặp cô ấy trong vòng hai, ba ngày.

   2, 3일 정도 그녀를 만나지 않으면 항상 무언가 하나 빠진 느낌이다.

듣기 스크립트

1. Hai người bạn tình cờ gặp nhau trên đường

Hùng	Xin lỗi, làm ơn cho tôi hỏi thăm một chút.
Tân	Anh hỏi gì ạ? Ủa, sao tôi trông anh quen quen. Hình như tôi đã gặp anh ở đâu rồi phải.
Hùng	Tôi cũng thấy anh quen quen. À, nhớ rồi. Anh có phải là Tân không? Hoàng Tân, phải không?
Tân	Phải. Mà sao anh biết tên tôi?
Hùng	Anh không nhận ra tôi à? Tôi là Hùng, Hùng béo của lớp mình đây mà.
Tân	Hùng, Hùng béo... À, đúng rồi. Trời ơi, bây giờ tôi mới nhận ra. Anh thay đổi nhiều quá, ai mà nhận ra được.
Hùng	Thì cũng lâu quá rồi. 20 năm rồi. Làm sao mà không thay đổi được?
Tân	Ừ nhỉ, mới đó mà đã 20 năm rồi. Trước đây anh béo, sao giờ gầy quá vậy?
Hùng	Ờ... Bây giờ đi làm rồi, đâu có được như xưa nữa. Thôi, mình vào đây uống cà phê đi.

2.

1) Bây giờ tôi mới nhận ra.

   지금에서야 내가 알아봤네.

2) Anh thay đổi nhiều quá. Ai mà nhận ra được.

너무 많이 바뀌었어요. 누가 알아보겠어.

3) Làm sao mà không thay đổi được.

어떻게 안 바뀔 수가 있겠어.

4) Mới đó mà đã 20 năm rồi.

어느덧 20년이 되었네.

5) Bây giờ đi làm rồi. Đâu có được như xưa nữa.

지금은 일을 다니고 있어. 더이상 예전과 같을 수 없어.

3. Hai người ngồi trong một quán cà phê

Hùng	Này, anh còn nhớ cô Thủy ở lớp mình không?
Tân	Nhớ chứ, Thủy cận, phải không?
Hùng	Không. Cô Thủy Anh văn kia.
Tân	À, nhớ rồi. Thủy bao giờ cũng giỏi Anh văn nhất lớp mình, phải không? Mà sao, có chuyện gì?
Hùng	Cô ấy mới lập gia đình. Hôm đám cưới, cô ấy có mời tôi nhưng tiếc là tôi không đi được.
Tân	Sao cô ấy lập gia đình muộn thế? Tôi tưởng cô ấy đã lập gia đình lâu rồi.
Hùng	Có lẽ đợi anh đấy. Còn anh, vợ con gì chưa?
Tân	Chưa. Hồi mới ra trường, muốn cưới vợ nhưng không có một xu dính túi. Nhưng bây giờ, có ít tiền thì già rồi.
Hùng	Trời ơi, anh đẹp trai không ai bằng, lo gì.
Tân	Ờ... Nói thật, cũng có hai, ba cô trẻ đẹp nói thương tôi, nhưng tôi thấy không hợp. Tôi thì không cần trẻ, đẹp, miễn là người hợp với tính tình của mình là được.
Hùng	Vậy, hiện giờ anh đã có ai hợp chưa?
Tân	Có một cô mà tôi chỉ mới quen vài tuần...
Hùng	Mới có vài tuần thôi à? Cô ấy làm nghề gì?
Tân	Dạy cấp hai, môn Sinh; tính hiền lành, dễ thương. Anh biết không, hiện giờ tôi chỉ để ý mới cô ấy. Hễ không gặp cô ấy khoảng hai, ba ngày là tôi thấy như thiếu một cái gì đó.
Hùng	Nghe anh nói, tôi thấy hình như anh yêu cô ấy lắm thì phải. Anh cũng ngoài 40 tuổi rồi. Cưới vợ nhanh lên đi chứ. Nhớ mời tôi đấy nhé.
Tân	Chắc chắn rồi. Lúc ấy anh đừng nói "Tiếc là..." đấy nhé. À, nhưng mà anh chưa cho tôi biết địa chỉ hiện nay của anh.

4.

1) Cô Thủy Anh văn kia.

영문학 투이 말이야.

2) Thủy bao giờ cũng giỏi Anh văn nhất lớp mình, phải không?

투이는 언제나 우리 반에서 영어를 가장 잘했어, 맞지?

3) Tôi thì không cần trẻ, đẹp, miễn là người đó hợp với tính tình của mình là được.

나는 어리고 예쁜 건 필요하지 않아, 그 사람이 나와 성격이 잘 맞기만 하는 사람이면 돼.

4) Hễ không gặp cô ấy khoảng hai, ba ngày là tôi thấy như thiếu một cái gì đó.

2, 3일 정도 그녀를 만나지 않으면 무언가 하나 빠진 느낌이야.

hiền 상냥하다	trung thực 성실하다	tự tin 자신감 있다	tốt bụng 친절하다
ít nói 말수가 적다	nói nhiều 말이 많다	vui vẻ 유쾌하다	cởi mở 털털하다

6

1. 그것은 건강에 <u>유익한</u> 요소들이에요.
   정답: ① tốt 좋다

2. 그 몇몇은 너를 날이 갈수록 살찌게 하는 것들이야.
   정답: ③ những ~들

3. 저는 그녀의 성격을 잘 알아요.
   정답: ③ biết rõ 정확하게 알다

4. 그는 <u>유명한</u> 의사예요.
   정답: ④ nổi tiếng 유명하다

5. 그 애의 시험 결과는 언제나 낮아요.
   정답: ② điểm 점수

7

1. 너는 어떻게 그 애의 <u>성격</u>을 잘 알고 있니?
   tình 성격

2. 그때, 그는 정말 말랐어요. 그러나 지금은 너무 <u>뚱뚱해요</u>.
   ốm 마른 / mập 뚱뚱한

3. 그는 유명한 <u>사업가</u>가 되었어요.
   thương gia / nhà doanh nghiệp 사업가 / 기업가

4. 학교 다닐 때, "<u>소화해 낼 수 없는</u>" 과목이 없는 사람이 누가 있겠어요.
   "nuốt không vô" 들어갈 수 없는 / "nuốt không trôi" 통과할 수 없는

5. 그녀는 <u>부유한</u> 여성이에요.
   giàu có và sang trọng 부유하고 호화로운

6. 오늘 아침에 엄마가 너에게 20만동을 <u>주었잖아</u>.
   cho 주다

8

Bà Hoa đã [1)] <u>ngoài</u> 40 tuổi mà trông vẫn còn [2)] <u>trẻ</u> và đẹp. Tuy vậy, bà thường than là lúc nào cũng thấy đau đầu, có lẽ là vì nuôi con và làm việc vất vả quá. Bà có hai con gái. Đứa lớn nhất đã vào [3)] <u>đại học</u>. Đứa thứ hai đang là học sinh [4)] <u>cấp hai</u>. Hiện nay bà là giám đốc một công ty liên doanh. [5)] <u>Hầu như</u> tháng nào bà cũng đi công tác nước ngoài một lần. Bà thường có những cuộc [6)] <u>gặp gỡ</u> với nhiều người, ăn uống, trò chuyện vui vẻ với họ. Nhưng đến lúc về nhà, bà luôn [7)] <u>cảm thấy</u> mỏi mệt và buồn ngủ. Nghe nói trước đây bà là sinh viên giỏi nhất lớp. Hiện nay hai con bà cũng thế, trong lớp [8)] <u>không ai</u> học giỏi bằng chúng. Nhưng hai con gái lại không xinh đẹp như mẹ.

호아 씨는 40세가 넘었지만 여전히 젊고 예뻐 보여요. 그렇지만, 그녀는 항상 머리가 아프다고 불평하는데, 아마 육아와 일이 매우 힘들기 때문인가 봐요. 그녀는 두 딸이 있어요. 첫째 딸은 대학에 들어갔어요. 둘째 딸은 중학생이에요. 현재 그녀는 한 협동 기업의 사장이에요. 거의 매달 한 번씩 그녀는 해외로 출장을 가요. 그녀는 보통 많은 사람들과 미팅 자리에서 식사를 하며 즐거운 대화를 나눠요. 하지만 집에 돌아가면 그녀는 항상 피곤하고 졸려해요. 듣자하니 예전에 그녀는 반에서 가장 우수한 학생이었다고 해요. 현재 그녀의 두 딸 또한 그러하며, 반에서 아무도 그들만큼 공부를 잘하는 사람은 없어요. 그러나 두 딸은 엄마처럼 예쁘지는 않아요.

9

1. Trong lớp, <u>chỉ mỗi</u> Lê là không được điểm cao môn toán.
   반에서, 오직 레만이 수학에서 높은 점수를 받지 못했어요.

2. <u>Hễ</u> gặp Sơn là Nam hỏi mượn tiền (của Sơn).
   썬을 만나기만 하면 남은 (썬의) 돈을 빌릴 수 있는지 물어요.

3. Anh ta <u>chỉ</u> mang theo <u>mỗi</u> một bộ quần áo cho chuyến đi Vũng tàu năm ngày.
   그는 붕따우를 5일 여행가는데 오직 옷 한 벌만 가져가요.

4. <u>Hễ</u> con làm việc nhà giúp mình <u>là</u> bà ấy cho tiền.

아이가 집안 일을 도와줄 때마다 그녀는 돈을 줘요.

5. <u>Mới</u> đi bộ 200 mét cô ấy <u>đã</u> mệt (không thể đi tiếp được).

겨우 200m를 걷고 그녀는 힘들어서 (걸을 수 없다고) 해요.

6. <u>Mới</u> ăn nửa chén cơm cô ấy <u>đã</u> thấy no.

겨우 밥 반 공기만 먹고 그녀는 배부르다고 느껴요.

10

1. Sao anh không nói gì nữa? Nói tiếp đi <u>chứ</u>.

왜 형은 더이상 아무 말도 하지 않나요? 계속 말하시죠.

2. Chị đã bảo em đừng đi chơi khuya <u>mà</u>.

언니가 밤 늦게까지 놀러 다니지 말라고 말했잖아.

3. Xin lỗi, tôi muốn gặp cô Lệ tóc dài <u>kia</u>.

죄송하지만, 저는 짧은 머리 레 씨를 만나고 싶은 게 아니에요. 저는 긴 머리 레 씨를 만나고 싶은 거예요.

4. Tôi <u>tưởng</u> có tiền là sẽ có hạnh phúc. Nhưng không phải như vậy.

저는 돈이 많으면 행복할 줄 알았어요. 그러나 그렇지 않아요.

5. Sao em không <u>nghĩ</u> đến tương lai của mình?

왜 너는 네 미래에 대해 생각하지 않니?

6. Tiền bạc không quan trọng, có sức khỏe tốt mới quan trọng <u>chứ</u>.

돈이 중요한 게 아니라, 건강한 게 중요한 것이야.

7. Dạo này nó không như trước đâu, cao những 1m75 <u>kia</u>.

요즘 그 애는 예전과 달리 키가 175cm예요.

11

1. Mẹ cho phép con đi chơi, <u>miễn là</u> về nhà trước giờ cơm.

엄마는 네가 놀러 나가는 것을 허락해 줄테니, 식사 시간 전까지 돌아오기만 하면 돼.

2. <u>Tiếc là</u> nó bận học thi nên không thể đến chỗ tôi chơi.

아쉽게도 그 아이는 시험 공부로 바빠서 우리 집에 놀러올 수 없어요.

3. Anh có thể làm bất cứ điều gì, <u>miễn là</u> không vi phạm pháp luật.

형(오빠)은 법을 어기지만 않는다면 무엇이든 해도 돼요.

4. Anh có đến lớp mỗi ngày hay không không quan trọng, <u>miễn là</u> lúc thi anh phải có mặt.

형(오빠)은 시험 때 출석하기만 하면 매일 학교에 오든 오지 않든 중요하지 않아요.

5. Tôi không cần các bạn mua gì cho tôi, <u>miễn là</u> được gặp các bạn.

저는 여러분을 만날 수만 있다면, 무엇을 사오든 필요없어요.

6. Nam có thể ngồi uống rượu với một người nào đó cho đến sáng <u>miễn là</u> vui.

남은 아침까지 앉아서 술을 마실 사람 한 명만 있으면 즐거워요.

7. Tôi thích cái túi đó lắm, <u>tiếc là</u> (tôi) không mang đủ tiền để mua.

저는 그 가방이 너무 마음에 들지만 아쉽게도 살 수 있는 충분한 돈을 가져오지 않았어요.

12

1. Ai <u>mà</u> thấy đôi giày của anh ở đâu. / Em <u>đâu có</u> thấy đôi giày của anh ở đâu.

당신의 신발이 어디있는지 누가 보았겠어요. / 저는 당신의 신발을 전혀 보지 못했어요.

2. Tôi <u>đâu có</u> biết điểm/kết quả thi tiếng Việt.

저는 베트남어 시험 점수/결과를 전혀 몰라요.

3. Ai mà biết nó có phải gửi tiền cho gia đình hay không.

누가 그 아이가 가족에게 돈을 보내야 하는 지 알았겠어요.

4. (Mới gặp) Ai mà biết cô ấy là người thế nào. / Tôi đâu có biết cô ấy là người thế nào.

(이제 막 만났는데) 누가 그녀가 어떤 사람인지 알겠어요. / 저는 그녀가 어떤 사람인지 전혀 몰라요.

5. Con đâu có tiêu xài phung phí (đâu).

저는 돈을 전혀 낭비하지 않았어요.

6. Tôi đâu có bệnh gì đâu.

저는 아무 병도 없어요.

7. Tôi đâu có bệnh gì đâu.

저는 아무 병도 없어요.

13

1. (Phải đến) một giờ sáng bà ấy mới ngủ.

오전 한 시가 되어서야 그녀는 잠을 자러 가요.

2. Hai tháng nữa mới kết thúc năm học.

두 달이 지나야 학년이 끝나요.

3. (Phải) đi chữa bệnh ở nước ngoài ông ấy mới bình phục.

해외로 병을 치료하러 가야지만 그는 회복할 수 있어요.

4. (Phải/Cần) tập thể dục mỗi ngày mới có sức khỏe tốt.

매일 운동을 하면 건강이 좋아져요.

5. Tháng sáu năm sau mới thi tốt nghiệp.

내년 6월이 되어야 졸업 시험을 치뤄요.

6. (Tại) ăn uống không điều độ mới bị đau dạ dày.

식사를 절제하지 않았더니 위가 아파요.

7. Gặp (được) người vừa ý mới kết hôn.

잘맞는 사람을 만나야 결혼을 해요.

8. (Vì) lương cao (nên anh ấy) m mới ới chịu vào làm việc ở đây.

급여가 높으니 여기서 일하려고 해요.

9. Bị bệnh nặng (ông ấy) mới chú ý đến sức khỏe của mình.

큰 병에 걸리고 나서야 그는 건강에 주의를 기울여요.

14 모범 답안

Tôi sẽ đưa ra một số ý kiến của mình để sử dụng tiền bạc cho hợp lý.

Đầu tiên, chúng ta phải lập kế hoạch về việc chi tiêu, tích lũy và đầu tư bao nhiêu trong thu nhập của mình. Chúng ta phải sử dụng tiền trong ngân sách theo kế hoạch.

Thứ hai, chúng ta nên ghi chép chi tiêu của mình mỗi ngày. Việc ghi chép lại giúp chúng ta quản lý tiền bạc một cách rõ ràng, hiệu quả.

합리적으로 돈을 사용하기 위한 저의 몇 가지 의견을 제시해 보겠습니다.

먼저, 우리는 우리의 수입으로 지출, 저축, 투자에 얼마를 할 지 계획을 세워야 해요. 우리는 계획에 따른 예산 안에서 돈을 써야 해요.

두 번째로, 우리는 매일 자신의 지출을 기록하는 것이 좋아요. 기록하는 일은 우리가 돈을 관리하는 데에 명확하고 효과적인 도움을 줘요.

독해

한글해석

제 이웃인 남자들 중에서도 부는 아무도 따라갈 수 없을 만큼 잘생겼어요. 아마 부는 어머니의 장점인 높은 코, 맑은 눈, 흰 피부를 닮아서 서생 같아요. 아쉽게도 부는 공부보다는 노는 것을 더 좋아해요.
해가 지면 부는 길에서 단정하게 흰 아오자이를 입고 하교하는 여학생들을 기다리며 서 있어요. 몇몇 학생들은 자전거를 타고 가다 부를 지나치면 대화를 멈추고, 언제나 부를 힐끗 곁눈질해요.
그 여학생들 중 가장 예쁜 여자 아이가 부의 여자친구가 되었어요. 그들은 정말 잘 어울려요. 우리는 그들이 결혼할 줄 알았지만, 만난 지 얼마되지 않아 그들은 헤어졌어요. 아마도 그녀는 부가 품위 없이 말하고 머릿속이 텅 비어서 마음에 들지 않았나 봐요. 이제 공부는 못하더라도 잘생기기만 하면 여자 아이들이 좋아할 것이라 착각했던 부는 자신에 대한 교훈을 얻은 것 같아요.

1. ① Bề ngoài của Vũ. 부의 외모

2. ① Các nữ sinh chỉ chú ý đến người đẹp trai. 잘생긴 사람에게만 주의를 기울이는 여학생들

3. ② Bài học mà Vũ có được sau khi chia tay với bạn gái. 여자친구와 헤어진 후 부가 얻은 교훈

Bài 6

🔎 미니 독해 의견 말하기 모범답안

1. Người này đang mặc áo khoác bác sĩ. Cô ấy có ống nghe và các dụng cụ cho bác sĩ thành thử đang làm việc ở bệnh viện. Tôi biết được cô ấy là bác sĩ.
   이 사람은 의사 가운을 입고 있어요. 그녀는 청진기와 의사를 위한 도구들을 가지고 있고 병원에서 일하고 있어요. 저는 그녀가 의사인 것을 알 수 있어요.

2. Khi tôi còn học sinh trung học, tôi cũng phải mặc đồng phục trong 12 năm. Theo tôi, thuận tiện của việc mặc đồng phục là tiết kiệm thời gian và tiền bạc.
   Tuy nhiên, ngoài em, mọi người mặc đồng phục cảm thấy không thoải mái và bị mất sự đa dạng và cá nhân hóa.
   제 학창시절, 저 또한 12년 동안 유니폼을 입어야 했어요. 제 생각에, 유니폼을 입는 것의 장점은 시간과 돈을 절약할 수 있는 것이에요.
   그러나, 저를 제외하고, 유니폼을 입는 모든 사람들은 불편함과 다양성과 개인성을 잃는다고 느껴요.

3. Theo tôi, không thể đánh giá một người nào đó qua trang phục của người đó. Một người có thể đang mặc trang phục bình dân trong một tình huống như công việc hàng ngày, nhưng có thể mặc đẹp và sang trọng trong các sự kiện đặc biệt. Chúng ta phải nhớ rằng trang phục chỉ là một phần nhỏ của người đó.
   저는 어떤 사람의 복장을 통해 그 사람을 판단할 수 없다고 생각해요. 한 사람은 일상 업무 때와 같은 상황에서는 간편하게 옷을 입을 수 있지만, 특별한 날에는 고급스럽고 예쁜 옷을 입을 수 있기 때문이에요. 우리는 복장은 단지 그 사람의 작은 부분이라는 것을 기억해야 해요.

🗣 회화

손님	언니, 이 옷 좀 보여주세요.
상인	이거요?
손님	아니요. 옆에 있는 거요. 네, 맞아요. 입어 봐도 될까요?
상인	네, 물론이죠. 안으로 들어오세요. 맞나요?
손님	조금 끼어요.
상인	입어본 옷이 어떤 사이즈 인가요?
손님	L 사이즈요.
상인	더 큰 사이즈가 있지만 조금 다른 스타일이에요. 괜찮으시면 가져올게요.
손님	한 번 보여주세요.
상인	네, 여기 있습니다.
손님	이 스타일은 너무 모던해보여요. 회사에 입고 가기에는 안 어울릴 것 같아요.
상인	이 스타일이 별로라니! 요즘 젊은이들은 아주 좋아하는 걸요. 그럼, 제가 다른 것을 가져올테니 잠시 기다려 주세요.
손님	이 옷은 얼마인가요?
상인	15만동이에요.
손님	왜 이렇게 비싸요? 8만동, 되나요?
상인	이해해 주세요. 설이 다가오니 무엇이든 다 가격이 올랐어요. 조금 더 지불해주세요.
손님	9만동, 가능할까요?
상인	이제 정말 가격을 확실히 말할게요. 11만동이요.

손님	10만동, 되나요? 안되면 다른 곳으로 갈게요.
상인	알았어요, 그 가격에 드릴게요.

질문 답하기

1. Cuộc hội thoại diễn ra ở một cửa hàng bán quần áo.
   대화는 옷가게에서 진행돼요.

2. Theo tôi, người mua còn trẻ. Vì người bán nói kiểu này thanh niên bây giờ thích lắm đó. (Đáp án gợi ý)
   제 생각에 손님은 젊어요. 왜냐하면 상인이 이 디자인을 요즘 젊은이들이 아주 좋아한다고 말했기 때문이에요. (자유로운 답변)

3. Có lẽ cô ấy không thích mô-đen. (Trả lời cho câu hỏi này tùy người học)
   그녀는 모던한 스타일을 좋아하지 않는 것 같아요. (개인의 해석에 따라 답변이 다를 수 있음)

4. Cuối cùng người bán đồng ý bán với giá một trăm ngàn đồng.
   결국 상인은 10만동에 옷을 팔기로 동의했어요.

📋 연습 문제

1. Cô y tá ấy đang làm việc tại một bệnh viện đa khoa của quận.
   그 간호사는 한 군의 종합병원에서 일하고 있어요.

2. Cô ấy không vui về việc phải mặc đồng phục mỗi ngày.
   그녀는 매일 유니폼을 입어야 하는 점이 마음에 들지 않아요

3. Không phải, cả bác sĩ lẫn y tá đều mặc quần áo giống nhau.
   아니요, 의사와 간호사 모두 같은 옷을 입어야 해요.

4. Màu sắc của bộ đồng phục dành cho những người làm việc trong ngành Y là màu trắng.
   의료업계 종사자의 유니폼의 색은 흰색이에요.

5. Những từ được cô ấy nói đến như là ưu điểm của việc mặc đồng phục là không đắt tiền và thuận tiện.
   그녀가 말한 유니폼에 대한 장점들은 비싸지 않고 편리하다는 점이에요.

6. Điều cô ấy không hài lòng về bộ đồng phục của mình là nó quá đơn điệu.
   그녀가 자신의 유니폼이 마음에 들지 않는 점은 너무 단조롭다는 것이에요.

듣기 스크립트

Bệnh viện là nơi tôi đang làm việc không phải là bệnh viện lớn của thành phố. Nó chỉ là một bệnh viện đa khoa của quận. Tuy bệnh nhân không đông lắm nhưng mỗi ngày các y tá chúng tôi cũng phải làm việc đến bốn giờ rưỡi chiều mới được về. Công việc của tôi không có gì phải phàn nàn nhưng có một điều làm tôi không vui lắm. Đó là việc tôi phải mặc đồng phục mỗi ngày. Như bạn đã biết đấy, đồng phục của các bác sĩ, y tá đều giống nhau. Tất cả đều là màu trắng. Tuy biết rằng mặc đồng phục sẽ có nhiều ưu điểm như: không phải tốn tiền để chạy theo kiểu này, kiểu nọ; thuận tiện khi làm việc; không thể đánh giá giàu nghèo qua bộ đồng phục, v.v.. Nhưng tôi vẫn không thích bộ quần áo dành cho những người làm việc trong ngành Y. Nó quá đơn điệu, không gây ấn tượng bằng các bộ quần áo màu sắc rực rỡ khác.

Có người nói rằng phụ nữ rất thích [1] mua sắm, đặc biệt là mua quần áo mới. Họ thường dùng thời gian [2] rảnh rỗi của mình vào việc ra vào các cửa hàng [3] thời trang để [4] chọn lựa những bộ váy áo vừa ý. Họ có thể mất hàng giờ để nói chuyện với nhau về kiểu áo này hay kiểu váy nọ mà không thấy [5] chán. Khi muốn mua một bộ [6] y phục nào đó, điều quan trọng đối với họ không phải là bộ y phục đó đắt hay rẻ mà là đẹp hay không đẹp và nó làm cho họ thích hay không thích.

대부분의 여성들은 쇼핑을 매우 좋아해요. 특히 새 옷 사는 것을 좋아한다고 말하는 이들이 있어요. 그녀들은 보통 패션 매장들을 오가며 마음에 드는 옷을 찾으며 자신들의 여가시간을 보내요. 그녀들은 이 옷 또는 저 옷에 대해 얘기하며 시간을 보내지만 지루하지 않아 해요. 어떤 옷을 살 때, 그들에게 있어서 중요한 것은 그 옷이 비싼지 저렴한지가 아니라 예쁜지 예쁘지 않은지, 그들의 마음에 드는지 아닌지예요.

1. vừa ý   2. y phục   3. mới
4. đắt   5. rảnh rỗi   6. đặc biệt là

4 모범답안

Váy 치마   Áo dài 아오자이   Áo thun 티셔츠

5

1. Em đã có nhiều hoa tai <u>rồi mà còn muốn mua thêm nữa à?</u>
   귀걸이가 많이 있는데 더 사고 싶다고요?

2. Ông ấy <u>mà là nhà thiết kế nổi tiếng à?</u> / Ông ấy <u>sao mà có thể là nhà thiết kế nổi tiếng được chứ?</u>
   그가 유명한 디자이너라고요? / 그는 어떻게 유명한 디자이너가 될 수 있었던 거죠?

3. Tôi hả? Tôi <u>mặc áo dài mà đẹp gì chứ.</u> / Tôi hả? Tôi <u>mặc áo dài mà đẹp à?</u>
   제가요? 제가 아오자이를 입는다고 뭐가 예쁘겠어요. / 제가 아오자이를 입으면 예쁘다고요?

4. Chị <u>mà cũng biết may áo à?</u> / Cái áo sơ mi này <u>mà do chính tay chị may à?</u>
   언니는 옷을 만들 수 있나요? / 이 셔츠를 언니가 직접 만들었다고요?

5. Cái áo (khoác) này <u>mà giá hơn hai triệu đồng (à)?</u>
   이 옷(자켓)의 가격이 200만동이 넘는다고요?

6. Áo dài kiểu này <u>mà không còn thịnh hành nữa à?</u>
   이 스타일의 아오자이가 더이상 유행하지 않는다고요?

6 모범답안

1. Để tôi mua vé cho.   제가 표를 사 줄게요.

2. Để tôi mượn cho.   제가 빌려줄게요.

3. Để tôi giới thiệu (tiệm may) cho.   제가 (제단집을) 소개해 줄게요.

4. Để tôi giới thiệu cho. / Để tôi chỉ (cửa hàng thời trang) cho.   제가 (옷가게를) 소개해 줄게요. / 제가 알려 줄게요.

5. Để tôi thắt cho. / Để tôi chỉ cho. / Để tôi bày cho.   제가 매줄게요. / 제가 알려 줄게요. / 제가 보여 줄게요.

6. Để tôi giúp cho. / Để tôi chỉ cho. / Để tôi hướng dẫn cho. 제가 도와줄게요. / 제가 알려 줄게요. / 제가 안내해 줄게요.

7 모범답안

1. Kiểu áo đó quá kỳ lạ <u>thành thử không có ai muốn mặc.</u> / <u>thành thử không có ai thích.</u>
   그 옷 스타일은 너무 이상해서 아무도 입고 싶어하지 않아요. / 아무도 좋아하지 않아요.

2. Cửa hàng này đang bán giảm giá <u>thành thử có đông người đến mua.</u>
   이 가게는 할인을 하고 있어서 구매하러 온 사람들로 붐벼요.

3. Cái áo khoác này đã "đề-mốt" <u>thành thử đang được bán giảm giá.</u> / <u>thành thử ít người quan tâm.</u>
   이 자켓은 유행이 지나서 세일 중이에요. / 관심을 가지는 사람들이 적어요.

4. Áo dài vừa có nét truyền thống vừa có nét hiện đại <u>thành thử rất dễ mặc.</u> / <u>thành thử mặc trong hoàn cảnh nào cũng được.</u>
   아오자이는 전통적인 느낌과 현대적인 느낌이 공존해서 입기 쉬워요. / 어떤 상황이든 입을 수 있어요.

5. Cô ấy luôn đi mua sắm ở các cửa hàng thời trang đắt tiền <u>thành thử luôn thấy thiếu tiền.</u> / <u>thành thử luôn "mắc nợ" ngân hàng.</u>
   그녀는 항상 비싼 옷가게에서 쇼핑을 해서 항상 돈이 부족해요. / 항상 은행에 빚이 있어요.

6. Ở Thành phố Hồ Chí Minh không có mùa đông <u>thành thử người ta không cần mua sắm áo ấm.</u> / <u>thành thử áo ấm không được mọi người chuộng mua.</u>
   호찌민시에는 겨울이 없어서 사람들은 따뜻한 옷을 살 필요가 없어요. / 따뜻한 옷은 모든 사람들에게 관심을 받지 못해요.

8

1. Một số giày dép và quần áo ở đây đang được bán giảm giá <u>thành thử</u> có nhiều người đến mua.

   이곳에 몇몇의 신발과 옷은 할인하고 있어서 많은 사람들이 사러 와요.

2. Chị Loan nói là đi ra ngoài gọi điện thoại một chút nhưng sau đó không thấy quay lại. Có lẽ chị ấy đã về nhà <u>luôn</u> rồi.

   로안 씨는 잠깐 전화를 받으러 나간다고 말했지만 그 후에 돌아오지 않았어요. 아마 그녀는 집으로 간 것 같아요.

3. Không cần thối tiền lại đâu, em. Cho em <u>luôn</u> đấy.

   거스름돈은 필요없어. 너한테 줄게.

4. Hôm nay rảnh <u>thành thử</u> tôi muốn đi đến cửa hàng mua sắm một số thứ.

   오늘은 한가해서 저는 가게에 몇 가지 물건을 사러 가고 싶어요.

5. Hàng may mặc của công ty đó có nhiều mẫu mã mới <u>thành thử</u> doanh số bán ra ngày càng cao.

   그 회사의 의류 제품은 새로운 디자인이 많이 있어서 판매량이 날이 갈수록 높아지고 있어요.

6. Họ mặc toàn sơ mi trắng <u>thành thử</u> tôi phải mặc giống họ.

   그들 모두 흰 셔츠를 입으니 저도 그들과 똑같이 입어야 해요.

9

1. Thôi, <u>để tôi đi hỏi may chỗ khác vậy.</u>   됐어요, 다른 곳에 가서 물어볼게요.

2. Thôi, bớt cho cô hai chục vậy. Cô lấy đi!   그래요, 2만동 깎아줄게요. 가져가세요!

3. Thôi, đành chịu vậy. Tôi không thể bớt thêm được nữa. / Thôi, bớt thêm cho chị một trăm nữa vậy.

   그래요, 어쩔 수 없죠. 저는 더이상 깎아 줄 수 없어요. / 그래요, 10만동 더 깎아줄게요.

4. Thôi, để tôi đổi cho cô màu khác vậy.   그래요, 다른 색으로 바꿔드릴게요.

5. Thôi, chúng ta vào trung tâm thương mại/siêu thị vậy.   그래요, 우리 쇼핑센터/마트로 들어가요.

10 모범답안

Thời trang rất quan trọng để tỏ ra phong cách sống của mình.

Tôi nghĩ rằng thời trang không những cho xem bề ngoài mà còn có thể thể hiện cá nhân của một người nào đó. Tôi thích mặc áo giản dị và thoải mái. Kiểu này phản ánh tính cách của mình rất năng động và dễ chịu.

패션은 자신의 삶의 방식을 보여주는 것에 있어서 매우 중요해요.
저는 패션이 겉모습을 보여줄 뿐만 아니라 한 사람의 개성을 표현한다고 생각해요. 저는 간편하고 편한 옷을 좋아해요. 이 스타일은 제 성격이 능동적이고 원만하다는 것을 보여줘요.

독해

한글해석

꾹은 아오자이를 보고 있어요. 그녀는 출근할 때 마다 아오자이를 입어야 하기 때문인데 조금 지겨워 보이네요. 그녀의 회사는 모든 직원이 유니폼을 입어야 해요. 회사에 들어오면 누구라도 남자는 모두 넥타이와 흰 셔츠에 정장 바지, 여자는 모두 아오자이를 입어야 하며, 그 색은 흰색부터 녹색, 분홍색 까지예요. 꾹은 생각해요. 어째서 회사의 모든 사람들은 아오자이가 지겹지 않은걸까?
먼저, 이 치마 끝자락 말이야. 왜 끝자락의 길이가 둘 다 같아야 하는거지? 게다가 이 옷 소매도 그래. 어느 정도 잘라낸다고 문제가 되겠어. 요즘 아오자이 패션쇼들을 보면 길든 짧든, 얇든 두껍든 디자이너들이 계속해서 매력적이고 트렌디한 개량 아오자이들을 선보이잖아.
지금 그녀는 독특한 최신 스타일의 아오자이를 찾으러 옷가게를 돌아다니고 있습니다. 만약 가능하다면 그녀는 둘 다 사버릴 생각이에요. 그리고 두 번째 그녀가 회사에 가면 모든 사람들이 그 모던한 스타일의 아오자이를 보고 깜짝 놀라겠죠. 그녀는 패션 회사의 가장 최고의 홍보 모델이 될지도 모릅니다. 왜냐하면 사람들은 아오자이 패션쇼에서나 보던 독특한 스타일의 옷을 길거리에서 입는 사람은 누구도 본 적이 없기 때문이죠.

질문 답하기

1. ③ Chỉ mặc một kiểu trang phục nơi làm việc làm Cúc chán.

   직장에서 하나의 스타일만 입는 것이 지겨운 꾹

2. ② Cúc muốn tìm một kiểu áo dài mới lạ.

   새롭고 독특한 스타일의 아오자이를 찾고 싶은 꾹

3. ① Chiếc áo dài mô-đen của Cúc làm cho mọi người kinh ngạc.

모두를 놀라게 한 꾹의 모던한 스타일의 아오자이

🌏 한 눈에 보는 베트남 문화

베트남 여성의 전통 복장

베트남 속담에는 "아름다운 사람은 비단 때문이다." 라는 말이 있는데 복장은 인간의 아름다움에 매우 중요한 역할을 한다는 의미입니다. 베트남 여성의 전통 복장은 우아한 아오자이뿐만 아니라 북부 여성들이 입는 아오 뜨 턴(áo tứ thân) 또는, 남부 여성들이 입는 아오 바 바(áo bà ba)와 같은 각 지역마다 사랑받는 옷이 있습니다. 이 모든 의상들은 베트남 여성들의 아름다움을 강조하는 데 많은 기여를 합니다.

아오 뜨 턴은 드레스에서 유래되었습니다. "뜨 턴" 이라는 명칭은 이 옷의 어깨폭이 너무 매우 좁아, 허리선부터 앞으로 두 갈래, 등 뒤로 두 갈래씩 갈라진 것에서 유래되었습니다. 아오 뜨 턴은 보통 가슴이나 배를 가리는 옷(áo yếm)과 함께 입으며, 허리 부분에 가로로 묶는 끈과 머리에는 터번과 똬이 타오 모자를 씁니다.

아오 바 바 스타일은, 과학자들의 말에 따르면 페낭(말레이시아)섬에서 유래되었다고 합니다. 이 스타일은 19세기 무역 경로를 통해 베트남에 유입되었습니다. 날씨와 생활 조건 때문에, 아오 바 바는 간편화 되고 현지화 되어 논이나 밭에서 일할 때 매우 편리해졌습니다. 아오 바 바는 흰색, 흑갈색 등이 있는데 일반적으로 하나의 색상입니다. 아오 바 바와 함께 따라오는 장신구는 칸 란(khăn rằn)이라는 검정과 흰색의 체크무늬 스카프와 야자 나무 잎으로 만든 논 라(nón lá) 입니다.

Bài 7

🔍 미니 독해 의견 말하기 모범답안

1.

Loại nhà 집 종류	Ưu điểm 장점	Nhược điểm 단점
chung cư 아파트	an ninh 안전하다 tiện lợi 편리하다	giới hạn không gian 공간에 제약이 있다
nhà riêng 개인 주택	tự do 자유롭다 có giá trị 가치가 있다	giá cao 가격이 비싸다 tự quản lý 스스로 관리해야 한다
nhà cho thuê 렌트	đa dạng 다양하다	mất tiền nhà 집 렌트비가 든다 hay chuyển nhà 이사를 자주 간다

2. Tất nhiên là tôi là một người đang sống ở chung cư, tôi thích sống ở chung cư.

Ở Hàn Quốc, hầu hết mọi người sống ở chung cư. Vì vậy, cách sống của chúng tôi thường thích hợp với cuộc sống ở chung cư. Trong chung cư, ai nấy đều có không gian gọn gàng và sạch sẽ. Hơn nữa, chúng ta có thể được đảm bảo an ninh đầy đủ.

당연히 저는 지금 아파트에 살고 있는 한 사람으로써 아파트에서 살고 싶어요.

한국에는 대부분의 사람들이 아파트에 살아요. 그렇기 때문에, 우리의 라이프스타일도 보통 아파트에서 사는 것에 적합해요. 아파트에는 누구나 청결하고 깨끗한 공간을 가질 수 있어요. 게다가 우리는 안전을 충분히 보장받을 수 있어요.

3. Điều mà tôi thích nhất trong nhà của tôi là có nhiều tiện ích. Tôi đang sống ở một chung cư đầy đủ tiện nghi như hồ bơi và phòng tập gym. Tất nhiên là điều này làm cho cuộc sống rất thoải mái.

Tuy nhiên, ở đay cũng có điều làm cho mình chưa vừa ý. Giá của căn hộ này quá đắt.

저희 집에서 제가 가장 좋아하는 부분은 많은 편의시설이 있다는 점이에요. 저는 수영장과 헬스장 같은 편의시설이 충분한 아파트에 살고 있어요. 당연히 이 점은 삶을 더 나아지게 만들어줘요.

하지만, 여기에는 물론 제 마음에 들지 않는 부분도 있어요. 이 아파트의 가격은 너무 비싸다는 것이에요.

4. Tôi thấy kiểu kiến trúc của các ngôi nhà ở Thàn phố Hồ Chí Minh thật sự độc đáo. Những ngôi nhà ở đây vừa giữ được nét truyền thống của Việt Nam, vừa rất hiện đại. Tôi thích các ngôi nhà ống được liên kế nhau, tạo thành một dãy nhà dài.

저는 호찌민시에 있는 주택들의 건축 양식이 매우 독창적이라고 생각해요. 여기 집들은 베트남의 전통을 유지하고 있으면서도 매우 현대적이에요. 저는 주택들이 서로 이어져서 하나의 긴 행렬을 만들어 내는 것을 좋아해요.

회화

란	당신 오늘 아침 신문 읽었어요?
호앙	네, 무슨 소식 있어요?
란	"광고란"에 "부동산"에 대해 봤어요?
호앙	매매할 집 찾는 일에 대해 얘기하려는 거죠? 정말 지겨워요.
란	하지만 집은 인생에서 중요한 일인 걸요. 결혼식이 끝나면 우리는 어디에서 살아요? 설마 각자 집에서 사는 것은 아니겠죠?
호앙	당연히 그건 아니죠. 하지만 먼저 생각 좀 해보고요.
란	아니면 렌트하는 것은 어때요?
호앙	요즘 집 렌트는 1~200만동도 부족해요. 아, 봐요, 그렇게 크진 않지만 당신 직장 다니기에는 매우 편한 곳이 하나 있어요. 10분 밖에 안 걸려요.
란	어디에요?
호앙	4군이요.
란	그래요? 내일 한 번 보러가게 데리고 가줘요.
호앙	볼 필요 없어요. 당신은 이미 그 집을 알고 있는 걸요.
란	제가 안다고요?
호앙	바로 우리 부모님 집이요.
란	하지만 당신 집에는 이미 12명이 있어요. 저까지 더 들어가면…

1. Lan là vợ sắp cưới (vị hôn thê) của Hoàng.
   란은 호앙의 곧 결혼할 아내(약혼자)예요.

2. Họ mua nhà để sau khi cưới nhau sẽ cùng sống ở đó.
   그들은 결혼식을 올린 후에 함께 살기 위해 집을 사려고 해요.

3. Vì có nhà cửa ổn định thì mới có thể an tâm làm việc và con cái ổn định việc học hành.
   왜냐하면 온전한 집이 있으면 안심하고 직장을 다닐 수 있고, 자녀의 학업도 안정적일 수 있기 때문이에요.

4. Vì theo Hoàng, ở nhà thuê mỗi tháng phải mất một khoản tiền không ít.
   호앙은 렌트를 하면 많은 비용이 든다고 생각하기 때문이에요.

5. Lan không thích ở nhà của ba má Hoàng. Vì nhà đó đã rất đông người rồi.
   란은 호앙의 부모님 댁을 좋아하지 않아요. 왜냐하면 그 집은 이미 너무 많은 사람들이 붐비기 때문이에요.

연습 문제

1

1. Không phải, anh ấy sinh ra và lớn lên ở một vùng quê nghèo.
   아니요, 그는 가난한 시골에서 태어나고 자랐어요.

2. Anh ấy phải làm việc hơn mười năm mới mua được căn nhà đó.
   그는 10년 이상 일을 해서 비로소 그 집을 살 수 있었어요.

3. Nhà của anh ấy nhỏ nhưng đầy đủ tiện nghi.
   그의 집은 작지만 편의시설이 충분히 갖춰져 있어요.

4. Anh ấy mua nhà để đón ba mẹ từ quê vào ở.
   그는 시골에서 부모님을 모셔오기 위해서 집을 샀어요.

5. Ba mẹ anh ấy không muốn vào Sài Gòn ở vì ba anh ấy chỉ muốn sau này chết ở quê nhà và mẹ anh ấy thì luôn nghe theo ý của ba anh ấy.

왜냐하면 그의 아버지는 고향에서 돌아가시고 싶어하고 어머니는 항상 아버지의 의견을 따르기 때문에 그의 부모님은 사이공에 오고 싶어하지 않아요.

2

1. Tất cả những đồ đạc trong nhà là của bố mẹ anh ấy cho. (S)
   집 안의 모든 가구는 그의 부모님이 준 것이다.

2. Trước khi đến TP. Hồ Chí Minh anh ta rất nghèo. (Đ)
   호찌민시에 오기 전 그는 매우 가난했다.

3. Anh ấy luôn cảm thấy cô đơn. (Đ)
   그는 항상 외로워한다.

3

máy lạnh 에어컨   ti vi 텔레비전   tủ lạnh 냉장고   máy vi tính 컴퓨터

4 모범답안

xe Dream 드림 오토바이 (* 혼다사의 혼다 드림(Honda Dream)이라는 오토바이 모델로, 90년대 즈음부터 베트남에서 가장 많이 타고 다니는 오토바이 중 하나입니다.)

> **듣기스크립트**
>
> Tôi có một căn nhà nhỏ nhưng đầy đủ tiện nghi. Đó là kết quả của hơn mười năm tôi làm việc vất vả ở thành phố này. Quê tôi là một vùng quê nghèo, quanh năm chỉ có nắng và gió. Vì thế trước khi vào TP.Hồ Chí Minh, tôi luôn luôn nghĩ rằng mình phải cố gắng làm việc, phải kiếm được thật nhiều tiền và phải mua được một căn nhà đẹp để đón cha mẹ vào ở.
>
> Bây giờ tôi đã có tiền, trong nhà đã có ti vi, tủ lạnh, xe Dream, máy vi tính, máy lạnh v.v. thế mà cha mẹ tôi vẫn nhất định không chịu vào thành phố. Cha tôi nói là ông đã già rồi và chỉ muốn sau này chết ở quê nhà; còn mẹ tôi thì dĩ nhiên bà luôn luôn nghe theo cha tôi. Đôi khi tôi tự hỏi: tôi mua nhà, mua các tiện nghi sinh hoạt để làm gì và để cho ai đây?

5

Đây là ¹⁾ <u>căn hộ</u> của gia đình chúng tôi. Nó nằm ở tầng ba của một ²⁾ <u>chung cư</u> cũ, gần trung tâm thành phố. Căn hộ của chúng tôi ³⁾ <u>hẹp</u>, chỉ có 36 mét vuông. Phòng khách trong nhà đồng thời cũng là ⁴⁾ <u>phòng ăn</u>. Nhà chúng tôi lúc nào cũng phải mở đèn, mở quạt vì quá tối và quá nóng. Ở chung cư có nhiều cái ⁵⁾ <u>bất tiện</u> vì lúc no cũng ồn ào với ⁶⁾ <u>đủ</u> loại âm thanh và cầu thang thì luôn dơ bẩn. Có lúc tôi cảm thấy không thể chịu đựng nổi nữa. Tuy nhiên, chúng tôi không có ý định dọn đi nơi khác, vì ở đây ⁷⁾ <u>giá thuê nhà</u> rẻ và đi làm, đi mua sắm, giải trí cũng rất tiện lợi.

여기는 우리 가족의 집이에요. 그곳은 시내 근처에 위치한 한 오래된 아파트의 3층에 위치해 있어요. 우리 집은 좁아서, 겨우 36 제곱미터 밖에 되지 않아요. 집의 거실은 거실인 동시에 주방이기도 해요. 우리집은 언제나 너무 어둡고 너무 덥기 때문에 전등과 선풍기를 켜두어야 해요. 아파트에는 불편한 점이 많은데 가지각색 소리로 언제나 시끄럽고 계단은 항상 더러워요. 저는 더이상 참을 수 없을 때가 있어요. 그렇지만 우리는 다른 곳으로 이사 갈 계획은 없어요. 왜냐하면 집을 렌트하는 비용이 저렴하고, 직장이나 쇼핑을 가거나, 놀러다니기 매우 편하기 때문이에요.

6 모범답안

1. phòng / nhà / biệt thự...   방 / 집 / 빌라...
2. tivi / máy tính / nước...   텔레비전을 켜다 / 컴퓨터를 켜다 / 물을 틀다
3. đau đầu nhức óc / không hài lòng / bất tiện...   두통을 느끼다 / 불만족스러움을 느끼다 / 불편함을 느끼다

7 모범답안

phòng khách 거실 – ghế sofa 소파 / ti-vi 텔레비전 / thảm 러그
phòng ngủ 침실 – giường 침대 / tủ sách 책장 / tủ áo 옷장

phòng tắm 욕실 – bồn tắm 욕조 / bồn cầu 변기 / gương 거울

phòng ăn 식당 – bàn ăn 테이블 / bồn rửa chén 싱크대 / ly 컵

8

1. Xe ai nấy đi. 누구든 저마다 각자의 차를 타고 다녀요.

2. Tiền ai nấy tiêu. 누구든 저마다 각자의 돈을 써요.

3. Phòng ai nấy dọn dẹp. 누구든 저마다 각자의 방을 청소를 해요.

4. Việc ai nấy làm. 누구든 저마다 각자의 일을 해요.

5. Chuyện ai nấy lo. 누구든 저마다 각자의 일을 걱정해요.

6. Đồ ai nấy giữ. 누구든 저마다 각자의 물건을 지켜요.

7. Chén ai nấy rửa. 누구든 저마다 각자의 그릇을 설거지해요.

9

1. b   2. c   3. a   4. e   5. g   6. d   7. f

1. Bà ấy thích sạch sẽ, tất nhiên là phải quét dọn nhà mỗi ngày.
   그녀는 깨끗한 것을 좋아해서, 당연히 집을 매일 청소해야 해요.

2. Nhà ở mặt tiền đường, tất nhiên là giá phải mắc hơn ở nơi khác.
   집이 대로변에 있어서, 당연히 가격이 다른 곳보다 더 비싸요.

3. Nhà ở trong hẻm, tất nhiên là giá phải rẻ hơn.
   집이 골목에 있어서, 당연히 더 가격이 저렴해야 해요.

4. Được chỗ ở thích hợp, tất nhiên là họ vui rồi.
   적합한 집을 얻어서, 당연히 그들은 기뻐요.

5. Ở khách sạn năm sao, tất nhiên là giá thuê phòng cao hơn khách sạn mini.
   5성급 호텔에 있어서, 당연히 비용이 미니 호텔보다 더 비싸요.

6. Phòng không có máy lạnh, tất nhiên là nóng.
   방에 에어컨이 없어서, 당연히 더워요.

7. Khách sạn ở ngay bờ biển, tất nhiên là không cần thuê xe ra bãi biển.
   호텔이 해변가에 바로 있어서, 당연히 바다로 나갈 차를 빌릴 필요가 없어요.

10 모범답안

1. Đợi con một chút. Để con dọn giường đã.　　　잠시만 기다려 주세요. 침대 정리 먼저 할게요.

2. Mình phải tìm nhà trước đã.　　　　　　　　　먼저 집을 찾아야 해요.

3. Uống thêm một ly trà nữa đã, rồi hãy về.　　　차 한 잔만 더 마시고요. 그러고 나서 돌아가세요.

4. Không, gắn ở phòng ăn trước đã.　　　　　　　아니요, 주방에 먼저 설치하고요.

5. Để anh hỏi lại thủ tục của họ đã.　　　　　　그들에게 절차를 먼저 물어볼게요.

6. Để anh suy nghĩ đã.　　　　　　　　　　　　먼저 생각을 좀 해볼게요.

7. Thôi, mua máy lạnh trước đã.　　　　　　　　잠깐만요, 에어컨을 먼저 사고요.

11 모범답안

1. Tiền thuê nhà mắc quá.
   Mỗi tháng họ phải trả hai triệu đồng là ít.
   집세가 너무 비싸요.
   매달 그들은 200만동을 내도 부족해요.

2. Nhà tôi ở ngoại ô thành phố. / Nhà ở xa cơ quan/công ty lắm.
   Đi làm bằng xe máy mất một tiếng là ít.

우리집은 시내 외곽에 있어요. / 회사에서 너무 멀어요.
오토바이를 타고 가면 한 시간 이상 걸려요.

3. Cao ốc văn phòng đó có cao bao nhiêu tầng vậy?
   Có 50 tầng là ít.
   그 오피스빌딩은 몇 층이에요?
   50층 이상이에요.

4. Ngôi nhà / chùa đó trông cổ kính nhỉ.
   Nó được xây cách đây 100 năm là ít.
   그 집 / 사원이 고풍스러워요.
   지어진 지 100년도 넘은 것 같아요.

5. Tốc độ xây dựng ở đây thật là nhanh.
   Chỉ trên đường này thôi mà đã thấy có năm, sáu khu nhà cao tầng là ít.
   여기 공사하는 속도가 정말 빨라요.
   이 도로에만 다섯, 여섯개의 고층빌딩이 넘게 있어요.

6. Chung cư này được xây dựng theo mô hình hiện đại.
   Vì vậy tiền thuê một căn hộ mỗi tháng 2000, 3000 đô là ít.
   이 아파트는 최신식으로 지어졌어요.
   그래서 렌트 비용이 2000, 3000달러 이상이에요.

7. Ông ta đang kinh doanh nhà hàng / khách sạn.
   Tiền điện và tiền nước mỗi tháng 3, 4 triệu là ít.
   그는 식당 / 호텔 사업을 하고 있어요.
   전기세와 수도세가 매달 300, 400만동도 넘어요.

12

1. Khá cao. Phải hai triệu một tháng là ít.

2. Không. Phải bảy mươi tuổi là ít.

3. Không phải đâu. Phải 4 mét vuông là ít.

4. Không phải đâu. Phải hai mươi năm là ít.

5. Phải 15, 16 năm là ít.

6. Được chứ. Nhưng giá mỗi căn hộ phải 50.000 đô la là ít.

7. Có chứ. Có 6, 7 căn là ít.

꽤 높아요. 한 달에 200만동도 넘어요.

아니요. 일흔도 넘으셨어요.

아니요. 4제곱미터도 넘어요.

아니요. 20년도 넘었어요.

15, 16년도 부족해요.

물론 가능하죠. 하지만 집 한 칸당 5만달러 이상이어야 해요.

물론 있죠. 여섯, 일곱 채 이상 있어요.

13 모범답안

Tôi đã từng sống ở một căn hộ lớn.
Căn hộ này thật là rộng, 100 mét vuông là ít.
Tất nhiên là gia đình tôi đã giàu có và có điều kiện tốt nhất cho tôi.
Lúc đó, bố mẹ tôi luôn khuyến khích tôi phải biết ơn và khiêm tốn.
Dù bây giờ nhà mình không rộng như trước, nhưng gia đình tôi vẫn sống hạnh phúc.

저는 큰 아파트에서 살았던 적이 있습니다.
그 아파트는 정말 넓어서 100제곱미터도 넘었어요.
당연히 저희 집은 부유했고 저를 위한 최적의 조건을 갖추고 있었어요.
그때, 부모님은 항상 저에게 감사하고 겸손하라고 말씀하셨어요.
비록 지금 우리집은 그때처럼 넓지 않지만, 우리 가족은 여전히 행복하게 살고 있어요.

🗣️ 독해

응아는 지금 남편과 자신의 부모님 댁에서 지내고 있어요. 부모님과 세 명의 언니와 함께 살면서 편한 점은 응아가 매일 요리를 하지 않아도 되는 점이에요. 하지만 응아의 남편은 언제나 그다지 편하지 않다고 불평해요.

상의한 결과, 응아는 집을 사서 남편과 함께 분가하기로 결정했어요. 그들은 주택을 하나 살 거예요. 집은 작아도 괜찮지만 개별 난방과 수도가 있어야 하고, 조용한 지역 특히, 비가 왔을 때 잠기면 안 돼요.

오늘 오후, 신문의 부동산 란의 몇몇 집들을 보러 다녀온 후, 응아는 정말 실망했어요. 아마 응아 부부는 마음에 드는 집을 절대 살 수 없을 거예요. 요즘 조용한 지역에 있는 작은 주택은 가격이 20억동도 넘어요. 그러나 주머니 사정에 맞는 집들은 시내로부터 거리가 멀거나 시끄럽고, 복잡한 주택가에 위치해 있어서 응아의 마음에 들지 않기 때문이에요.

질문 답하기

1. ① Chồng Nga thường phàn nàn về chỗ ở hiện nay của hai vợ chồng.
   두 사람이 지금 살고 있는 곳에 대해 불평하는 응아의 남편

2. ② Hai vợ chồng Nga nói chuyện với nhau về ngôi nhà họ mơ ước.
   자신들이 꿈꾸는 집에 대해 대화하는 응아네 부부

3. ① Họ đã đi xem một số nhà được quảng cáo trên báo nhưng chưa tìm được ngôi nhà vừa ý.
   그들은 신문에서 광고하는 집들을 보러 갔지만 마음에 드는 집을 찾지 못 했어요.

🌏 한 눈에 보는 베트남 문화

베트남의 전통 가옥
베트남의 전통 가옥은 쌀농사를 짓는 농부들이 자연 환경에 적응하는 방법을 보여줍니다 - 우기에 집이 잠기는 것을 방지하기 위해 높게 지은 바닥과 누수를 막기 위해 높고 가파른 지붕; 겨울의 찬 바람을 막고 여름에 시원한 바람이 들어오게 하기 위해 방향은 주로 남향이나 동남향입니다.
건축 재료로는 대나무, 목재, 볏짚, 건초, 풀, 야자나무잎 등 자연에서 얻은 소재입니다.
집은 보통 다섯 개나 세 개의 방이 있습니다. 가난한 가정의 집은 진흙벽으로 된 집입니다.
보편적인 집 안의 공간 배치는 집의 중앙에 공간이 있으며, 그곳은 언제나 제단이 놓여져있고, 제단 앞에는 손님을 접대하는 공간이 있습니다. 이러한 구조는 조상과 돌아가신 분들을 기리고 베트남인들의 공동체에 대한 존경의 의식을 보여줍니다.

Bài 8

📖 미니 독해 의견 말하기 모범답안

1. Người con một thường được cha mẹ chăm sóc có nhiều sự quan tâm. Tuy nhiên, người là con một có thể cảm thấy cô đơn và áp lực từ kỳ vọng của gia đình. Ngược lại, người có đông anh em có sự hỗ trợ và giúp đỡ với nhau giữa các thành viên trong gia đình. Nhưng đôi khi, họ phải chia sẻ nhiều điều và sự chú ý của cha mẹ.
   외동인 사람들은 보통 부모님의 많은 돌봄과 관심을 받으며 자라요. 하지만 외동인 사람들은 외로움이나 가족의 기대로부터 압박감을 느낄 수 있어요. 반면에 형제가 많은 사람들은 가족 구성원 간의 지원과 도움을 받을 수 있어요. 하지만 그들은 때때로 부모님의 관심 등 여러가지를 나눠야 할 때도 있어요.

2. Trước đây, có nhiều con là một chuyện bình thường, nhưng ngày nay nhiều gia đình không phải là chuyện tự nhiên. Theo tôi, càng có nhiều gia đình càng cảm thấy hạnh phúc và mang lại nhiều lợi ích. Tất nhiên là có nhiều con thì cha mẹ cũng vất vả về vấn đề giáo dục, tài chính v.v.. Tuy nhiên, sau khi các con lớn lên, họ sẽ có nghề nghiệp, hiểu cho cha mẹ, giúp đỡ với nhau, nhất là chăm sóc cha mẹ già.
   예전에는, 자녀가 많은 일이 보편적인 일이었으나, 오늘 날에는 가족이 많은 것이 자연스럽지 않은 일이 되었어요. 저는 가족이 많을 수록 행복하고 좋은 점이 더 많다고 생각해요. 물론 자녀가 많으면 부모님은 교육이나 재정 등의 문제에 대해 힘이 들어요. 그럼에도 불구하고 자녀가 자라고 난 후, 그들은 직업을 갖고, 부모를 이해해주며, 서로 돕고, 특히, 나이가 든 부모를 돌봐줄 것이에요.

3. Cha mẹ phải thể hiện sự quan tâm đến con. Cha mẹ dành thời gian chất lượng với con, chia sẻ những kỷ niệm đang nhớ. Con cũng có trách nhiệm đối với cha mẹ của họ. Họ nên tôn trọng và thể hiện lòng biết ơn đối với những nỗ lực và hy sinh của cha mẹ. Nếu không thể hiện thì làm sao thành viên trong gia đình có thể cảm nhận được tình yêu của họ.

부모는 자녀들에게 관심을 표현해야 해요. 부모는 자녀가 가치있는 시간을 보내고 기억에 남을 추억을 나눠야 해요. 자녀 또한 그들의 부모에 대한 책임이 있어요. 그들은 부모를 존중하고, 부모님의 노력과 희생에 감사함을 표현해야 해요. 만약 표현하지 않으면 가족 구성원이 어떻게 그들의 사랑을 느낄 수 있을까요.

4. Tôi hoàn toàn đồng ý với ý kiến này. Trong xã hội ngày nay, nhiều người gặp khó khăn trong cuộc sống áp lực công việc nên chúng ta không có thời gian cho gia đình. Đặc biệt là vào những bữa cơm chung. Mặc dù chỉ ăn chung với nhau nhưng thực tế nó có ý nghĩa lớn cho mối quan hệ trong gia đình. Việc bữa cơm gia đình không chỉ là thời điểm ăn uống mà còn là cơ hội để mọi người trong gia đình gặp gỡ, giao tiếp chân thật và kết nối giữa các thành viên gia đình.

저는 이 의견에 완전히 동의해요. 요즘 사회에서는 많은 사람들이 업무의 압박으로 힘들기 때문에 우리는 가족과 보낼 시간이 없어요. 특히 함께 밥을 먹는 시간이죠. 비록 함께 밥을 먹는 것뿐이지만 실제로 그것은 가족 관계에 큰 의미를 가지고 있어요. 가족간의 식사시간은 단지 밥을 먹는 시간뿐만 아니라 가족의 모든 사람들이 만나는 기회이자, 솔직하게 소통하고, 가족 구성원들끼리 연결하는 시간이에요.

🗣️ 회화

`한글해석`	
빈	할머니, 저 할머니를 찾아뵈러 왔어요.
하이 할머니	누구라고? 아마 흥이지?
빈	네, 아니에요, 할머니. 저는 빈이에요. 할머니 잘 지내셨죠?
하이 할머니	어떤 빈? 증손주가 20명 정도가 있는데 할머니가 늙고 정신이 없어서...
빈	할머니, 저를 못 알아보시나요? 저는 뜨 투네 아들이에요. 예전에 할머니 옆 집에 있었어요. 기억하시나요?
하이 할머니	뜨 투의 아들이라고? 세상에나, 요즘 네가 너무 커서 할머니가 어떻게 알아보겠니. 5, 6년이 지났잖아. 요즘 네 부모님은 잘 지내시고?
빈	네, 저희 부모님은 여전히 잘 지내세요. 호아 누나, 흥 형, 뚜언 형은 할머니를 뵈러 고향에 자주 오나요?
하이 할머니	찾아오긴 뭘 찾아와. 어떤 애들이든 다 바빠서, 할머니를 보러 올 시간이 어디있겠어.
빈	웃 이모는 어디 계시길래 뵐 수가 없나요?
하이 할머니	그 애는 시장에 갔어, 아마 곧 돌아올거야. 앉아서 뭐 좀 마시렴. 이번에 여기에 오래 놀러 왔니?
빈	네, 일주일 정도만요. 곧 졸업 시험을 봐야 해서 정말 바빠요. 이것은 제가 할머니 드리려고요.
하이 할머니	네가 할머니를 보러온 것만 해도 좋은데 뭐하러 선물을 사왔어.
빈	작은 선물인데요, 할머니. 제 생각해서 받아주세요.

`질문 답하기`

1. Đoạn hội thoại này diễn ra ở nông thôn.
   이 대화는 시골에서 하고 있어요.

2. Bà ấy không thể nhớ ra Bình vì bà đã già và cháu chất bà ấy rất nhiều.
   할머니는 증손주가 너무 많아서 빈을 알아볼 수 없었어요.

3. Trước đây Bình sống ở kế bên nhà bà Hai.
   예전에 빈은 하이 할머니 옆 집에 살았어요.

4. Cháu chất của bà Hai ít khi về thăm bà ấy, vì người nào cũng bận.
   하이 할머니의 증손주들은 바쁘기 때문에 할머니를 거의 찾아 뵈러 오지 않아요.

연습 문제

1

1.

Cãi nhau với chị gái	언니와 싸운 것	 1
Được mẹ hứa cho đi Đà Lạt	어머니에게 달랏을 보내 드린다고 약속한 것	 3
Những việc nhà phải làm	해야 하는 집안 일들	 2

2.

① Nhà chị ấy có 5 người. 그녀의 가족은 5명이 있어요.   (Đ)

② Tất cả các thành viên trong gia đình đều phải làm việc nhà. 가족 구성원의 모두는 집안일을 해야 해요.   (S)

③ Thỉnh thoảng những đứa trẻ cãi nhau. 가끔 자녀들이 싸워요.   (Đ)

④ Hai chị em gái giúp anh trai làm việc nhà. 두 자매는 오빠의 집안일을 도와요.   (S)

⑤ Hàng năm, gia đình họ thường đi nghỉ hè ở Đà Lạt. 매년, 그 가족은 여름 휴가 때 달랏에 가요.   (S)

⑥ Cả gia đình thường chơi thể thao với nhau. 가족 모두가 보통 함께 스포츠를 즐겨요.   (S)

3.

① nấu cơm, giặt quần áo, lau nhà 요리, 빨래, 집청소

② chị nấu cơm, giặt quần áo, anh lau nhà 언니는 요리와 빨래를 하고 오빠는 집청소를 해요

③ cầu lông, bóng bàn, bóng đá, câu cá 배드민턴, 탁구, 축구, 낚시

듣기스크립트

Mỗi khi rảnh rỗi, tôi thường mở tập ảnh của gia đình ra xem và bồi hồi nhớ lại những kỷ niệm cũ của thời thơ ấu. Hồi ấy gia đình tôi sống ở Quận 8, một quận nghèo của TP. Hồ Chí Minh. Gia đình tôi không đông lắm: một anh trai, một chị gái và tôi. Tôi là con út trong gia đình nên được ba má nuông chiều hơn cả. Tôi còn nhớ là mình thường cãi nhau với chị gái, lấy đồ chơi của chị ấy và làm bẩn rất nhiều sách của anh trai. Những lúc ấy chị tôi thường ngồi khóc một mình, còn anh trai thì dọa sẽ không dẫn tôi đi câu cá vào ngày chủ nhật. Khi tôi lên 10 thì anh tôi đã 17 tuổi và chị tôi mười 15 tuổi. Vì mẹ bận bán hàng ngoài chợ nên chị tôi phải thay mẹ làm việc nhà. Chị phải nấu cơm, giặt quần áo cho cả nhà. Còn lau nhà thì đã có anh trai tôi. Tuy phải làm nhiều việc nhưng anh, chị tôi học rất giỏi. Còn tôi thì trái lại. Tuy là con gái nhưng tôi chơi cầu lông, chơi bóng bàn và đá banh rất giỏi. Vì thế mẹ tôi thường bảo tôi rằng nếu tôi học giỏi và bớt chơi thể thao thì mẹ sẽ cho đi Đà Lạt trong dịp hè. Nhưng tôi có thích đi Đà Lạt, tôi chỉ thích ở TP. Hồ Chí Minh chơi đá banh với các bạn cùng lớp.

	con cả 첫째	từ nhỏ 어릴 때부터	tự lập 독립하다, 자립하다	thu nhập 수입
từ khi còn nhỏ 어릴 때부터		V		
tiền thu được hàng tháng hoặc hàng năm 매달 또는 매년 얻게 되는				V
con lớn nhất 가장 큰 자녀	V			
tự mình lo cho cuộc sống của mình 본인의 삶을 스스로 걱정하다			V	

1. bố của bố 아버지의 아버지   =   ông nội 친할아버지

2. anh trai của bố 아버지의 형   =   bác 큰아버지

3. mẹ của mẹ 어머니의 어머니   =   bà ngoại 외할머니

4. em gái của mẹ 어머니의 여동생   =   dì 이모

5. con của anh trai 친형의 자녀   =   cháu 조카

6. em trai của mẹ 어머니의 남동생   =   cậu 외삼촌

4

1. Sao không. Chị đã gọi mấy lần rồi <u>còn gì</u>.

2. Rồi. Anh đã cho nó 50 ngàn rồi <u>còn gì</u>.

3. Thôi, thuyết phục cô ấy nữa <u>làm gì</u>.

4. Rồi, bố đã mua hôm qua rồi <u>còn gì</u>.

5. Rồi, em đã cho nó uống lúc 8 giờ tối rồi <u>còn gì</u>.

왜 안 했겠어요. 저는 몇 번이나 전화했는걸요.

줬어요. 제가 그 아이에게 5만동을 주었잖아요.

됐어요. 뭐하러 그녀를 더이상 설득하겠어요.

응, 아빠가 어제 샀잖아.

네, 제가 저녁 8시에 약을 먹였잖아요.

5

1. c   2. a   3. d   4. b   5. e

1. Chị không nhận ra tôi cũng đúng thôi. Mười mấy năm rồi còn gì.
   언니가 알아보지 못하는 게 맞아요. 십 몇 년이 지났잖아요.

2. Hồi trước cô ấy sống ở đây. Nhưng sau chuyển đi đâu không biết.
   예전에 그녀는 여기 살았어요. 하지만 어디로 이사갔는지는 몰라요.

3. Nhà anh ấy đông anh em lắm. Có những 12 người.
   그의 집에는 형제가 정말 많아요. 12명이 있어요.

4. Anh em tôi có nhiều việc để làm. Lấy đâu ra thời gian để đi chơi.
   제 형과 동생은 할 일이 많아요. 놀러갈 시간이 어디있겠어요.

5. Chị ấy không muốn sinh nữa. Vì có hai đứa rồi còn gì.
   그녀는 더이상 아이를 낳고 싶어하지 않아요. 왜냐면 이미 2명이나 있거든요.

6

1. Anh viết thư cho cô ấy nữa <u>làm gì</u>.
   그녀에게 뭐하러 더 편지를 써요.

2. Hai đứa cháu của tôi đã biết bơi rồi <u>còn gì</u>. / Chúng nó biết bơi rồi, đi học bơi nữa <u>làm gì</u>.
   제 두 손자들은 이미 수영할 줄 알잖아요. / 그 애들이 이미 수영할 줄 아는데, 수영 수업을 뭐하러 더 보내겠어요.

3. Chúng nó đã lớn. Chị lo cho chúng nữa <u>làm gì</u>.
   그들은 이미 다 컸어요. 더이상 언니가 뭐하러 걱정해요.

4. Đang sống chung với bố mẹ thì mua nhà riêng <u>làm gì</u>.
   부모님과 함께 살고 있는데 뭐하러 따로 집을 사겠어요.

5. Chúng tôi đã gửi thiệp đám cưới cho họ hàng ở nước ngoài rồi <u>còn gì</u>.
   친척들이 외국에 계신데 뭐하러 청첩장을 보내겠어요.

7 모범 답안

1. Anh nhầm rồi. Anh ta <u>có những ba cái nhà mà không có tiền à?</u>
   착각이에요. 그는 집을 세 채나 가지고 있는데 돈이 없다고요?

2. Không đúng. <u>Nó viết cho cô ấy một tháng những ba lá thư đấy.</u>
   틀렸어요. 그 아이는 그녀에게 한 달에 3통의 편지를 써요.

3. Vâng. <u>Họ hàng, bà con của anh ấy có những mấy chục người.</u>
   네, 그의 친척은 몇 십명이 있어요.

4. Vâng. <u>Có những 15, 20 người sống chung một nhà với ông Ba đấy.</u>
   네, 15, 20명이 바 씨와 한 집에 함께 살고 있어요.

5. Thật à? Bà ấy <u>có những tám người con gái à?</u>
   정말요? 그녀는 딸이 8명이라고요?

6. Ôi! Tôi cũng có những ba, bốn cái thiệp mời đám cưới.
   이런! 저도 세, 네 개의 청첩장을 가지고 있어요.

8

1. Làm sao cô ấy không nhớ nhà được.
   어떻게 그녀는 집이 그립지 않겠어요.

2. Làm sao mọi người không lo lắng được.
   어떻게 모두가 걱정하지 않을 수 있겠어요.

3. Làm sao mà cô Nga yêu anh ta lắm được.
   어떻게 응아 씨가 그를 사랑할 수 있겠어요.

4. Làm sao ông ấy không thương ai/con cháu được.
   어떻게 그가 아무도 예뻐하지 않을 수 있겠어요.

5. Làm sao mới 9 tháng tuổi mà nó nặng đến 35kg được.
   어떻게 겨우 9개월 된 아이가 35kg이나 되겠어요.

6. Làm sao mới lấy nhau ba tháng mà họ đã ly dị được.
   어떻게 결혼한 지 세 달 만에 이혼할 수 있겠어요.

7. Làm sao anh ta từ chối, không nhận tài sản bố mẹ để lại được.
   어떻게 부모님이 남긴 재산을 받지 않고 거절할 수 있겠어요.

8. Làm sao lập gia đình rồi mà cô ấy vẫn muốn sống cùng bố mẹ được.
   어떻게 결혼하고도 계속 부모님과 함께 살 수 있겠어요.

9 모범 답안

Tôi có những kỷ niệm đáng nhớ khi tôi còn sống chung với bố mẹ.
Trong đó, một kỷ niệm đáng nhớ nhất là chuyến đi du lịch hè đến nông thôn quê hương. Ở đó có cánh đồng lúa và ngô, con trâu và các ông bà nông dân.
Buổi tối bố mẹ và tôi ngồi bàn ăn ngoài trời, thưởng thức món ăn đặc sản địa phương. Làm sao tôi quen những buổi tối đó được. Đó là một kỷ niệm đẹp nhất trong cuộc sống của tôi.

저는 부모님과 함께 살았을 때 추억들을 가지고 있어요.
그 중에서, 가장 기억에 남는 순간은 고향의 시골로 떠난 여름 휴가였어요. 그곳에는, 보리 밭과 옥수수, 물소와 시골 할아버지 할머니들이 있었어요.
저녁에 부모님과 저는 바깥에 앉아서 식사를 하며, 지역 특산물을 즐겼어요. 어떻게 그런 저녁을 잊을 수 있겠어요. 그것은 제 인생에서 가장 좋은 기억이에요.

독해

한글 해석

오늘날, 많은 사람들에게 이상적인 가족은 자녀를 한두 명 가진 가족이에요. 아들 하나, 딸 하나가 가장 좋죠. 하지만 제 아내는 절대로 이해하려 하지 않아요. 그녀는 저에게 딸 하나면 충분하다고 말해요. 그녀는 회사 일이 바쁘다거나, 아이 하나를 돌보는 것도 이미 충분하다거나, 아이를 한 명 더 낳으면 아이가 한 살이 될 때까지 제가 밤을 지새워 돌봐야 한다는 등 핑계를 대요.
솔직히 새벽 두 세시까지 밤을 새워 축구를 보는 것은 가능하지만, 밤을 지새워 기저귀를 갈거나 분유를 타는 일은 저에게 곤욕이에요. 저는 아이 울음 소리를 들으면 너무 두려워요. 예전에 아내가 첫 아이를 낳았을 때 저는 "아내가 있는 독신"인 마냥 여유롭고 제 멋대로였어요. 왜냐하면 모든 "첫 아이는 엄마의 집에"라는 말에 따라 모든 일은 장모님이 다 해주셨거든요. 하지만 이제 만약 모든 것을 혼자 다 해야한다면 저는 아내에게 질 수밖에 없어요.

질문 답하기

1. Anh ta rất mong có con trai.
   그는 아들을 원해요.

3. Anh ta thường thức khuya để xem bóng đá.
   그는 보통 축구를 보느라 밤을 새요.

5. Khi sinh con đầu lòng, vợ anh ta về sống ở nhà mẹ ruột.
   첫째 아이가 태어났을 때, 그의 아내는 친정에 가서 지냈어요.

6. Anh ta rất ngại khi phải chăm sóc con nhỏ.
   그는 아기를 돌보는 것이 두려워요.

🏮 한 눈에 보는 베트남 문화

베트남의 전통 가족

베트남의 전통적인 가족은 아내와 남편 그리고 자녀들로 이루어진 핵가족 형태입니다. 베트남 사람들의 핵가족은 아버지의 족보를 따르며 자녀들은 아버지의 성을 따릅니다. 또한 조금 더 확장된 개념의 핵가족 형태는 나이 든 부모님과 아직 결혼을 하지 않은 남편 쪽 형제들입니다. 주로 (북부와 중부 지방의 경우) 맏아들이거나 (남부 지방의 경우) 막내 아들인 경우가 보통입니다. 비록 베트남의 전통 가족은 부계 위주이지만 가족 안에서 여성의 위치는 매우 중요하게 여겨지고 있습니다. 아내는 남편과 함께 경제 활동이나 집안의 일에 대한 논의를 하며, "열쇠를 쥐고 있는 사람" 이라는 말도 있습니다. 특히 여성들은 소규모의 경제 활동에서 주요한 역할을 하기도 합니다. 어디를 가든 작게 노점을 차린 할머니나 아주머니를 볼 수 있습니다.

일년 내내 강가에 장을 치고 남편 하나와 다섯 아들을 충분히 키우네.

(제목: 사랑하는 아내 - 시인: 뚜 쓰엉)

가족들은 혈연으로 연결되어 집단을 이루고 있으며, 이를 '일가' 또는 '가문' 이라고 부릅니다.

Bài 9

📖 미니 독해 의견 말하기 모범답안

1. Tôi và gia đình tôi đã đi Đà Nẵng để tắm biển vào mùa hè năm ngoái.

   Ở đó, chúng tôi đã thưởng thức những cảnh đẹp và các món ăn đặc sản của Việt Nam. Buổi tối, tôi đi ăn hải sản và uống bia với gia đình một cách thoải mái. Đối với tôi, Đà Nẵng là một thành phố tuyệt vời nhất ở Việt Nam.

   저와 제 가족은 작년 여름에 다낭에 해수욕을 하러 갔어요.

   그곳에서, 우리는 아름다운 풍경과 베트남의 특산물 요리를 즐겼어요. 저녁에, 저는 가족들과 편안하게 해산물을 먹고 맥주도 마셨어요. 저에게, 다낭은 베트남에서 가장 멋진 해변이에요.

2. Du lịch trọn gói là một kiểu du lịch an toàn nhất khi đi du lịch nước ngoài.

   Nhưng nó có thể bị hạn chế và giá cũng cao nên chúng ta có thể đi du lịch balô để đi du lịch thoải mái. Khi đi du lịch balô thì cũng có thể gặp khó khăn nhiều và không ai giúp mình.

   Tuy nhiên đối với một người thích mạo hiểm, tôi thích đi du lịch balô ở Việt Nam.

   패키지 여행은 해외를 여행할 때 가장 안전한 여행 방법이에요.

   하지만 한정적이고 가격 또한 높기 때문에 우리는 자유로운 여행을 위해서 배낭여행을 갈 수 있어요. 배낭여행을 하면 많은 어려움을 만날 수도 있고, 아무도 도와주지 않아요.

   그러나 모험을 좋아하는 한 사람으로써, 저는 베트남에 배낭 여행을 가고 싶어요.

3. Thoe tôi, người ta đi nghỉ để tránh xa áp lực công việc và tạo lại năng lượng. Hay là người ta đi nghỉ để dành thời gian với gia đình và bạn bè.

   Ở Hàn Quốc, những giới trẻ Hàn Quốc thích đi biển và thành phố lớn. Còn những người lớn tuổi thì thích đi núi hay khu du lịch sinh thái.

   저는 사람들이 일의 압박에서 벗어나고 에너지를 다시 얻기 위해 휴가를 간다고 생각해요. 아니면 사람들은 가족과 친구들과 시간을 보내기 위해 휴가를 가기도 해요.

   한국에서, 한국의 젊은이들은 대도시와 바다를 가는 것을 좋아해요. 그리고 나이가 많은 사람들은 산으로 가거나 자연 생태지역에 가는 것을 좋아해요.

🗣️ 회화

호아	저기요. 체크아웃 해주세요.
프런트 직원	어? 왜 그러세요? 다음주 월요일까지 방을 빌리셨는데요.
호아	이런 방에서 제가 어떻게 있을 수 있을까요? 에어컨은 소리가 나고, 샤워 중에 온수는 차가운 물로 바뀌고, 텔레비전은 화면만 나오고 소리는 나오지도 않는데...
프런트 직원	네, 죄송합니다. 이해해주세요. 제가 지금 당장 수리공을 부를게요.

호아	수리하는 것을 기다리는 동안 저는 어디로 가라고요? 설마 제가 이 더운 햇볕 아래에 돌아다니길 바라는 것인가요?
프런트 직원	네, 그런 의도는 전혀 아니었어요. 이해해주세요. 아니면 바꿔드릴 수 있는 다른 방이 있는지 확인해 볼게요.
호아	그쪽을 이해해주면 제 입장은 누가 이해해주나요? 어제 저녁에 저는 한숨도 잘 수 없었다고요. 뭐하는 호텔이길래 바퀴벌레가 가득한지.
프런트 직원	네, 아마 최근 한동안 비가 와서 바퀴벌레가 생긴 것 같아요. 며칠 전까지는.....
호아	됐어요, 됐어요. 더이상 얘기하지 마세요. 지금 바꿀 수 있는 방이 있나요?
프런트 직원	네, 405호입니다.
호아	어라? 어째서 그렇게 높은 층인거죠?
프런트 직원	네, 이해해주세요. 오늘 호텔에 빈 방이 하나 밖에 없네요. 내일 체크아웃 하시는 고객이 있으니, 제가 방을 바꿔드릴게요.

질문 답하기

1. Cô ấy ngạc nhiên vì anh ấy muốn trả phòng trước thời hạn.
   그녀는 그가 예약 기간보다 이전에 나간다고 해서 놀랐어요.

2. Anh ấy muốn trả phòng vì máy lạnh, máy nước nóng và tivi (các thiết bị) trong phòng đều bị hư/có vấn đề.
   그는 방의 에어컨, 온수기와 텔레비전(설비들)에 문제가 고장나서/문제가 있어서 나가려고 해요.

3. Lý do khách sạn có gián theo cô tiếp tân là vì mấy bữa nay trời mưa.
   프런트 직원에 따르면 호텔에 바퀴벌레가 있는 이유는 며칠간 비가 왔기 때문이에요.

4. (Đáp án gợi ý cho câu hỏi "vì sao bạn nghĩ như vậy") Không. Anh ấy không hài lòng. Vì anh ấy đã hỏi là: Ủa, sao cho tôi leo cao dữ vậy? Theo tôi, anh ấy sẽ không tiếp tục ở khách sạn đó nữa. Vì thời gian anh ấy lưu trú còn khá lâu. Ở đó sẽ rất bất tiện./ Theo tôi, anh ấy sẽ tiếp tục ở lại khách sạn đó vì cô tiếp tân rất tử tế và chu đáo.
   ('그렇게 생각하는 이유'에 대해 여러분의 생각에 따라 자유롭게 말해보세요) 아니요. 그는 만족하지 않아요. 왜냐하면 그는 "어라? 어째서 그렇게 높은 층인 거죠?" 라고 물어보았기 때문이에요. 제 생각에 그는 그 호텔에 더이상 있지 않을 거예요. 그가 그곳에 있던 시간은 꽤 오래되었기 때문이에요. 그곳은 너무 불편해요. / 제 생각에 그는 프런트 직원이 친절하고 적극적으로 행동했기 때문에 호텔에 계속 머무를 것 같아요.

연습 문제

1

1. ② đi du lịch trọn gói   패키지 여행
2. ① Buôn Ma Thuột   부온 마 투옷
3. ② cưỡi voi   코끼리 타기
4. ② khá rẻ   꽤 저렴하다

2

5. Hà đã đi Huế 6, 7 năm trước. Cô ấy đi cùng với cả lớp của mình.
   하는 후에로 6, 7년 전에 여행을 갔어요. 그녀는 자신의 반 친구들과 갔어요.

6. Vì cô ấy phải đi mua áo tắm cho con, tắm cho con, chuẩn bị cơm tối rồi giặt quần áo nên không có thời gian.
   그녀는 아이를 위해 수영복을 사러 가야 하고, 목욕도 시켜야 하며, 저녁 준비를 한 후, 빨래를 해야 했기 때문에 시간이 없었어요.

7. Anh ấy muốn đi du lịch ở Nha Trang. Anh ấy muốn đi vào ngày mùng 2 Tết. Anh ấy không đi được vì không có vé/hết vé.
   그는 냐짱으로 여행가고 싶어요. 그는 설날 2일에 가고 싶어요. 티켓이 없기 때문에 그는 갈 수 없어요.

8. Anh ấy muốn đi du lịch nước ngoài để mua sắm, xem cảnh đẹp và tìm hiểu văn hóa các nước.
   그는 쇼핑을 하고 아름다운 풍경을 보고, 각 나라의 문화를 이해하기 위해서 해외 여행을 가고 싶어요.

1

Tôi và em trai thích tham dự các chuyến đi du lịch trọn gói. Mọi thứ đều được sắp xếp sẵn cho bạn. Bạn không cần phải suy nghĩ vất kỳ việc gì cả. Vừa rồi, chúng tôi định đi Đà Lạt nhưng sau lại đổi ý. Chúng tôi tham dự một chuyến du lịch trọn gói đi Buôn Ma Thuột bảy ngày, với chi phí khoảng 500 ngàn đồng. Chúng tôi tham quan hồ Lak, tham dự lễ hội dân tộc Ếđê và cưỡi voi ở Bản Đôn. Giá một chuyến du lịch như thế thì không đắt lắm, phải không?

5.

A: Hà đang làm gì vậy?

B: À, mình đang xem lại mấy tấm ảnh cũ.

A: Ảnh chụp hồi nào vậy, Hà?

B: 6, 7 năm trước. Lúc mình cùng với cả lớp đi Huế.

A: Ai đây, Hà?

B: Mình chứ còn ai nữa.

A: Sao lạ quá vậy?

B: Tại lúc đó mình để tóc dài.

6.

A: Sao không đi ngủ đi, em? Sáng mai mình phải đi sớm mà.

B: Anh cứ ngủ trước đi. Còn em phải xếp quần áo vào va-li nữa.

A: Hồi chiều sao em không làm?

B: Anh chờ em đi mua áo tắm cho con. Anh không nhớ sao? Sau đó về nhà em còn phải tắm cho con, chuẩn bị cơm tối, rồi giặt quần áo. Lấy đâu ra thời gian sắp xếp hành lý. Chưa đi du lịch mà em đã thấy mệt rồi.

7.

A: Cô ơi cho tôi hỏi một chút.

B: Dạ, có gì không anh?

A: Tôi muốn đăng ký vé du lịch vào mùng 2 Tết có được không, cô?

B: Dạ được. Anh nuốn đi đâu?

A: Nha Trang.

B: Anh chờ một chút, để em xem lại có còn vé không. À, xin lỗi chỉ còn chuyến đi Đà Lạt thôi, anh ạ. Còn nếu anh muốn đi Nha Trang phải đợi đến mồng 4 Tết hoặc mồng 6 mới có vé.

8.

A: Sắp tới tôi sẽ đi du lịch nước ngoài. Anh đi du lịch nhiều nơi rồi. Vậy theo anh, tôi nên đi đâu?

B: Còn tùy theo ý thích của anh.

A: Anh nói như vậy nghĩa là gì?

B: Anh muốn đi du lịch để mua sắm, để xem cảnh đẹp, hay là để tìm hiểu văn hóa của các nước?

A: Tôi muốn tất cả.

3 모범 답안

nón, kem chống nắng, dầu gội, sữa tắm, áo phao, hộ chiếu, máy ảnh, khăn tắm
모자, 선크림, 샴푸, 바디워시, 구명조끼, 여권, 카메라, 수건

4 모범 답안

Hàn Quốc có nhiều ngày lễ trong năm, ngày Tết, Tết Trung thu chẳng hạn. Còn cũng có ngày Ba Một, ngày Thiếu nhi, ngày nhà giáo, ngày chữ Hangeul và ngày Quốc khánh ở Hàn Quốc.

한국에는 일년에 많은 공휴일이 있는데, 예를 들면 설날과 추석이 있어요. 그리고 한국에는 삼일절, 어린이날, 스승의날, 한글날과 광복절도 있어요.

5 모범 답안

1. Khách sạn nên ở khu vực an ninh.
   호텔은 안전한 지역에 있는 게 좋아요.

2. Phòng nên có cửa sổ nhìn ra biển.
   방은 바다가 보이는 창문이 있는 게 좋아요.

3. Phòng nên có giường lớn để nằm cho thoải mái.
   방은 편안하게 누울 수 있도록 큰 침대가 있는 게 좋아요.

4. Khách sạn nên có phòng dành cho người hút thuốc.
   호텔은 흡연자를 위한 방이 있는 게 좋아요.

5. Nhà hàng của khách sạn nên có nhiều món ăn Việt Nam, Hàn, Nhật...
   호텔의 식당은 베트남, 한국, 일본 등 많은 음식이 있는 게 좋아요.

6 모범 답안

1. Anh ơi, làm ơn (cho người) kiểm tra điện thoại trong phòng giùm tôi.
   저기요, 방에 있는 전화기 좀 확인해 주세요(확인할 사람을 불러주세요).

2. Cô ơi, cô làm ơn (cho người) vào phòng dọn / diệt kiến giùm tôi.
   저기요, 개미를 퇴치/청소하러 방으로 와 주세요(청소할 사람을 불러주세요).

3. Anh làm ơn (cho người) kiểm tra máy lạnh trong phòng giùm tôi.
   제 방에 에어컨 좀 확인해 주세요(확인할 사람을 불러주세요).

4. Cô làm ơn đăng ký vé tàu đi Huế giùm tôi.
   후에로 가는 배편 좀 예약해주세요.

5. Sáng mai, cô làm ơn đánh thức tôi dậy lúc 4 giờ sáng nhé.
   내일 아침, 오전 4시에 저를 깨워주세요.

7 모범 답안

1. Đối với tôi, hạnh phúc không mua được bằng tiền nhưng tiền có thể giúp mọi người giữ được hạnh phúc.
   저에게 있어서, 행복은 돈으로 살 수 없지만 돈은 모든 사람들이 행복을 유지할 수 있도록 도와줘요.

2. Đối với tôi, đi du lịch bằng gì cũng được, miễn là được đi cùng bạn bè hay gia đình.
   저에게 있어서, 친구나 가족과 함께 가기만 한다면 어떤 것을 타고 여행을 가든 다 괜찮아요.

3. Đối với tôi, đi du lịch một mình hay với mọi người là như nhau, không có gì phải ngại cả.
   저에게 있어서, 혼자 여행가든 모두와 함께 가든 똑같아서, 두려울 게 전혀 없어요.

4. Đối với tôi, mùa thu là mùa tôi thích nhất vì cảnh đẹp và thời tiết mát mẻ.
   저에게 있어서, 예쁜 풍경과 시원한 날씨 때문에 가을이 제가 가장 좋아하는 계절이에요.

8

1. Kỳ nghỉ do công ty tổ chức lần này có cả chồng cô Lan cùng đi chứ lần trước không có anh ấy.
   회사가 주최하는 이번 휴가에 란 씨의 남편도 함께 가는데 지난 번에는 그가 없었어요.

2. Đi du lịch ba lô thì rẻ chứ đi du lịch trọn gói thì mắc hơn.
   패키지 어행은 비싼데 배낭 여행은 저렴해요.

3. Tôi chỉ có thẻ điện thoại gọi trong nước chứ không có thẻ (điện thoại) gọi ra nước ngoài.
   저는 해외 통화는 할 수 없고 국내 통화만 가능해요.

4. Công ty du lịch đó chỉ giảm giá cho các nhóm 3, 4 khách <u>chứ</u> những người đi một mình như tôi thì vẫn phải trả theo giá bình thường.

그 여행사는 저처럼 혼자 여행하는 사람들은 일반 금액으로 지불해야 하는데 3, 4명의 팀을 위한 할인은 가능해요.

5. Từ ngày mùng hai Tết trở đi số người đăng ký vé đi Đà Lạt rất đông <u>chứ</u> những ngày trước đó thì rất vắng.

설 2일차에는 달랏으로 가는 티켓을 예약하는 사람이 정말 많은데 이전의 날들은 정말 많이 비어있어요.

9

1. Giá cho thuê xe <u>gì mà</u> cao quá vậy.

무슨 렌터카 가격이 이렇게 비싼거야.

2. Khách sạn <u>gì mà</u> có ít phòng đơn vậy/thế.

무슨 호텔이길래 이렇게 싱글룸이 적은 거지.

3. Giá thuê phòng <u>gì mà</u> mỗi năm một tăng vậy.

무슨 임대료가 이렇게 매년 오르는거야.

4. Chương trình tham quan (Đồng bằng sông Cửu Long) <u>gì mà</u> nghèo nàn quá.

무슨 관광 프로그램이길래 이렇게 열악한거지.

5. Đường <u>gì mà</u> xấu quá.

무슨 길이 이렇게 안좋아.

6. Đi du lịch <u>gì mà</u> tiết kiệm quá, chẳng dám tiêu xài gì cả.

무슨 여행이길래 돈을 너무 아끼는거야, 아무것도 쓸 수가 없잖아.

7. Nhà nghỉ <u>gì mà</u> cúp điện hoài vậy.

무슨 숙소가 이렇게 정전이 돼.

10 모범 답안

1. Hay là <u>chúng ta</u> thử hỏi công ty khác. / Hay là <u>chúng ta</u> để dịp khác.

아니면 다른 회사에 물어보세요. / 아니면 다음 기회로 미뤄요.

2. Hay là <u>chúng ta</u> ở các khách sạn ở ngoại thành đi. / Hay là <u>chúng ta</u> thuê phòng ở khách sạn xa trung tâm một chút đi.

아니면 우리는 시외곽의 호텔로 가요. / 아니면 우리 시내에서 조금 먼 호텔로 가요.

3. Hay là <u>chúng ta</u> đi du lịch nước ngoài đi. / Hay là <u>các bạn</u> về quê tôi chơi đi.

아니면 우리 해외 여행을 가요. / 아니면 여러분 우리 고향에 놀러오세요.

4. Hay là <u>chúng ta</u> tổ chức một chuyến đi nữa đi.

아니면 우리 또 여행을 가요.

5. Hay là <u>chúng ta</u> đi Sở thú thành phố đi.

아니면 우리 시내 동물원으로 가요.

6. Hay là <u>chúng ta</u> đi Thái Lan chơi đi.

아니면 우리 태국으로 여행가요.

7. Hay là <u>chúng ta</u> lập Hội những người về hưu đi.

아니면 우리 은퇴식을 주최해요.

8. Hay là <u>chúng ta</u> cùng đi với họ đi.

아니면 우리 그들과 같이 가요.

11 모범 답안

Đối với tôi, kỳ nghỉ tôi nhớ nhất trong thời gian sống ở Việt Nam là chuyến đi du lịch Hội An.

Những con đường đèn lồng rực rỡ và các món ăn đặc sản ở miền Trung, như cao lầu, mì quảng thật sự rất ngon.

Tôi đi xem các ngôi nhà cổ lịch sử. Hay là tôi đi ngắm trọn vẹn phố cổ yên bình từ sông Hoài.

Nhờ kỳ nghỉ đó, tôi có thể để lại tỏng lòng những văn hóa và vẻ đẹp của Việt Nam.

저에게 있어서, 베트남에 사는 동안 가장 기억에 남는 휴가는 호이안 여행이에요.

등이 빛나는 골목과 까오 러우, 미꽝과 같은 중부지방의 특산물들은 정말 맛있었어요. 저는 역사적인 옛집들을 구경하거나 호아이강의 평온하고 오래된 거리를 감상했어요.

그 휴가 덕분에, 저는 베트남의 문화와 아름다움을 마음에 남길 수 있었어요.

🔍 독해

> **한글해석**
>
> 뜨 씨의 가족은 후에로 여름 휴가 갈 준비를 해요. 이웃들은 뜨 씨가 그렇게 멀리 휴가를 가기로 한 것에 놀랐지만, 뜨 씨에게 있어서 후에는 여건만 된다면 가장 여행갈 가치가 있는 장소예요.
>
> 그 이유는 뜨 씨의 친가가 후에에 있고, 그의 아버지도 후에에서 태어나셨지만, 그는 고향에 가본 적이 없기 때문이에요. 후에에 있는 친척 어른들이 도시에 놀러오면, "너는 아이들하고 조상님들 묘에 한 번도 찾아뵙지 않는구나" 하고 잔소리를 해요. 사실 그는 후에를 잊은 적이 한 번도 없어요. 후에에 관한 노래는 항상 그를 뭉클하게 해요. 텔레비전을 보면서, 후에에 사는 사람들에 대해 소개하는 프로그램이 나오기라도 하면 그는 앉아서 끝까지 시청해요.
>
> 그는 후에에 가면, 친척들을 방문하는 것 외에도, 왕실, 밍 망 황제릉, 카이 딩 황제릉, 혼 짼 신전 등 후에의 여러 관광지를 방문할 예정이에요. 그는 작은 배를 하나 빌려 달이 밝은 밤에 흐엉강을 따라서 여유롭게 띄울 계획이고, 물론 이때 아내도 함께할 거예요. 왜냐하면 그의 아내는 한 발자국도 그에게서 떨어지지 않을 것이기 때문이에요.

> **질문답하기**

1. ② Chuyến đi du lịch sắp tới của ông Tư làm mọi người ngạc nhiên

   모두를 놀라게 만드는 뜨 씨의 여행

2. ③ Lý do khiến ông Tư về Huế du lịch.

   뜨 씨가 후에로 여행을 가는 이유

3. ③ Dự định của ông Tư khi ra Huế

   뜨 씨의 후에에서의 계획

🏮 한 눈에 보는 베트남 문화

> **한글해석**
>
> 세계문화유산 – 호이안 구시가지
>
> 호이안 구시가지는 다낭에서 남쪽으로 70km떨어진 투 본강의 작은 지류인 호아이 강변에 위치해 있어요. 옛날부터 호이안은 참파 왕국의 무역 항구 중 하나였어요. 17~18세기에는, 응우이엔 왕조 시절의 외교 장려 정책으로 인해, 호이안 항구는 특히나 발전하여 동남아의 번창한 무역 중심지이자, 일본, 중국, 포르투갈, 이탈리아 등의 무역선들이 찾아와 물건을 사고 파는 지역이 되었어요. 베트남인들과 함께 외국 상인들은 호이안을 번화한 도시로 만드는 데 기여했어요. 일본 상인들은 일본인 거리를 만들고 "내원교(일본인 다리)"를 건설하였으며, 중국 상인들은 꽁 사당, 바오 칸 사원과 각 회관 등을 지었어요. 오늘날에도, 호이안에 가면, 우리는 거의 그대로 보전되어 있는 옛 거리들을 볼 수 있어요. 그것은 이 거리에서 저 거리로 통하는 관 모양의 집이에요. 늦은 오후가 되면, 다양한 색상의 등이 가득 밝혀져 이 살아있는 박물관의 시적이고 고풍스러움 특징이 더욱 살아나요.

Bài 10

🔍 미니 독해 의견 말하기 모범답안

1. Trang phục truyền thống ở Hàn Quốc được gọi là "Hanbok".

   Hanbok nữ thường bao gồm áo khoác ngắn và váy thắt eo cao. Còn Hanbok nam bao gồm áo khoác, quần và áo choàng. Màu sắc và hoa văn của Hanbok đặc biệt phong phú.

   Hanbok ra đời trong thời đại Joseon, hiện nay nó chủ yếu được mặc trong các dịp lễ tết, hội hè, đám cưới v.v..

   한국의 전통의상은 "한복"이라고 불러요.

   여자 한복은 짧은 윗옷과 허리에 높게 매어 입는 치마가 있어요. 그리고 남자 한복은 윗옷과 바지, 그리고 두루마기가 있어요.

   한복의 색상과 문양은 특별하고 다양해요.

   한복은 조선 시대에 등장했으며, 현재는 주로 설날, 축제, 결혼식 등 특별할 때 입어요.

2. Hiện nay, ở Hàn Quốc có nhiều người mặc đồng phục trong những lĩnh vực khác nhau.

   Trong đó, tôi thấy nhiều nhất học sinh trong các trường học từ cấp trung học đến phổ thông. Điều này giúp các học sinh giảm áp lực và lo lắng về trang phục.

Thứ hai, tôi thấy những tiếp viên hàng không thường mặc đồng phục. Họ không chỉ có vẻ chuyên nghiệp hơn mà là giúp khách hàng dễ tìm thấy họ.

현재, 한국에서는 많은 사람들이 서로 다른 분야에서 유니폼을 입어요.

그 중에서, 저는 중학교부터 고등학교까지 학생들을 가장 많이 봐요. 이 점은 학생들이 복장에 대한 걱정과 압박을 줄여줘요.

두 번째로, 저는 스튜어디스가 유니폼을 입는 것을 보아요. 그들은 더 전문적이게 보여질 뿐만 아니라 손님이 그들을 찾기 쉽게 해줘요.

3. Theo tôi, một ngôi nhà lý tưởng là một ngôi nhà có thể thể hiện sở thích và nhu cầu cá nhân hoặc gia đình. Tôi có tính cách thích sạch sẽ, thích tự do.

   Đối với tôi, một ngôi nhà lý tưởng phải được thiết kế đơn giản nhưng đầy đủ tiện nghi. Tất nhiên, vị trí của ngôi nhà cũng quan trọng. Càng gần từ nhà đến công ty càng tốt. Điều này giúp tôi tiết kiệm thời gian trong cuộc sống hàng ngày.

   제가 생각하는 이상적인 집은 개인 또는 가족의 취향과 요구를 나타낼 수 있는 집이에요. 저는 깨끗하고 자유로운 것을 좋아하는 성격이에요.

   이상적인 집은 인테리어가 심플하면서도 모든 편의시설이 갖추어져 있어야 해요. 물론, 집의 위치도 중요해요. 집으로부터 회사가 가까울수록 좋아요. 이는 일상생활에서 시간을 절약하는 데 도움이 돼요.

4. Gia đình của tôi là gia đình đông con, với nhiều anh chị em.

   Theo tôi, có nhiều anh chị em có nhiều thuận lợi. Chúng tôi luôn hỗ trợ và chia sẻ cùng nhau.

   Tuy nhiên, đôi khi chúng tôi gặp khó khăn và có cạnh tranh để hiểu biết với nhau.

   Trái lại, con một thì có thể được quan tâm nhiều hơn và không cần cãi nhau với anh chị em, nhưng cũng cảm thấy cô đơn lắm.

   우리 가족은 많은 형제들이 있어서 자녀가 많은 가족이에요.

   제 생각에 형제가 많으면 좋은 점이 많아요. 우리는 언제나 서로 돕고 나눠요.

   그렇지만, 가끔 우리는 서로 이해하는데 어려움을 겪고 다툼도 있어요.

   반대로, 외동은 더 많은 관심을 받을 수 있고, 형제와 싸우지도 않지만 많이 외로워요.

5. Đối với tôi, để có một chuyến đi nghỉ thú vị, không nhất thiết phải có nhiều tiền. Quan trọng hơn là chúng ta đi nghỉ với ai, ở đâu, làm gì trong chuyến đi đó.

   Đôi khi, những chuyến đi ngắn ngày hay đơn giản với gia đình bạn bè cũng mang lại niềm vui không ngờ. Chúng ta chỉ cần nói chuyện thú vị và trải nghiệm mới mẻ thì có thể tạo ra những kỷ niệm đáng nhớ.

   저에게 있어서, 재미있는 휴가를 위해서 꼭 돈이 많이 필요하진 않아요. 더 중요한 것은 우리가 휴가를 누구와, 어디로, 무엇을 하러 가는지예요.

   때때로, 친구나 가족과의 짧은 여행은 예상치 못한 즐거움을 가져다줘요. 우리는 단지 재미있는 이야기를 나누고 새로운 경험을 하기만 해도 추억거리를 만들 수 있어요.

📋 연습 문제

1 모범 답안

1. Vì theo cô ấy khí hậu Đà Lạt mùa này mát mẻ.

   그녀는 이 시기에 달랏이 시원하다고 해요.

2. Họ đã đi Đà Lạt ít nhất là năm lần rồi.

   그들은 달랏에 적어도 다섯 번은 갔어요.

3. Ngoài Đà Lạt, Hà đề nghị đi Phan Thiết.

   달랏 외에도, 하는 판티엣을 제안했어요.

4. Vì ở Mũi Né cô ấy không có dịp được mặc quần áo đẹp.

   왜냐면 무이네에서는 그녀가 예쁜 옷을 입을 기회가 없기 때문이에요.

5. Cuối cùng họ vẫn chưa quyết định là sẽ đi đâu.

   결국 그들은 아직도 어디로 갈 지 결정하지 못했어요.

2

1. Chúng ta đã đi Đà Lạt năm lần là ít. Chúng ta đến đà lạt ít. 우리는 달랏에 적어도 다섯 번은 갔어.

   정답: ① Chúng ta đã đi Đà Lạt ít nhất là năm lần. 우리는 달랏에 최소한 다섯 번은 갔어.

2. Tôi sẽ thuê xe cho. 내가 차를 빌려올게.

   정답: ③ Hãy để tôi thuê xe. 내가 차를 빌리게 해줘.

3. Đi Mũi Né làm gì. 뭐하러 무이네에 가.

    정답: ② Không cần thiết phải đi Mũi Né. 무이네에 가야 할 필요가 없어.

4. Con trai gì mà hay thắc mắc quá! 무슨 남자애가 궁금한 게 많니!

    정답: ③ Con trai thường không thắc mắc như anh đâu. 남자 애들은 보통 너처럼 궁금해하지 않아.

5. Bây giờ chúng ta quyết định luôn đi. 지금 우리 바로 결정하자.

    정답: ① Bây giờ chúng ta hãy quyết định, không thay đổi, bàn cãi gì nữa. 지금 우리 결정하고, 더이상 바꾸거나 토론하지 말자.

1. Ông ấy định lấy từ tiền gửi tiết kiệm ở ngân hàng để xây một căn nhà mới.

    그는 새 집을 짓기 위해 은행에 있는 적금으로 돈을 얻으려 해요.

2. Vì nhà ông ấy có 6 người và các con đã lớn nên căn nhà đã trở nên chật chội.

    왜냐하면 그의 가족은 6명이고 자녀들이 다 커서 집이 좁아졌기 때문이에요.

3. Tiền xây dựng một ngôi nhà hai tầng ít nhất cũng hết 150 triệu đồng.

    2층짜리 집을 짓는 데 최소한 1억 5천만동이 들어요.

4. Họ còn thiếu ít nhất là 60 triệu đồng.

    그들은 최소 6천만동이 부족해요.

5. Vì lần trước họ đã vay của anh Hai hết 30 triệu đồng rồi.

    왜냐하면 이전에 이미 하이 씨로부터 3천만동을 빌렸기 때문이에요.

1. Nhà mình có tất cả những 6 người. 우리 가족은 모두 6명이에요.

    정답: ② Nhà mình có tất cả 6 người, như vậy là nhiều. 우리 가족은 모두 6명이라 많아요.

2. Để em xem lại đã. 우선 한 번 보고나서요.

    정답: ② Để em xem lại trước. 먼저 보고나서요.

3. (Hay là anh thử hỏi vay của anh Hai xem.) Anh ấy giàu lắm mà. (아니면 하이 씨에게 돈을 빌려달라고 물어보세요.) 그는 아주 부유하잖아요.

    정답: ③ vì anh ấy có nhiều tiền 왜냐하면 그는 돈이 많기 때문에

4. Mình đã vay của anh Hai 30 triệu rồi còn gì. 우리는 하이 씨에게 이미 3천만동이나 빌렸는걸요.

    정답: ① Sự thật là mình đã vay của anh Hai 30 triệu rồi. 사실은 제가 하이 씨에게 3천만동을 빌렸어요.

5. Anh em lớn cả rồi, phận ai nấy lo. 형제들이 이미 어른이 되었으니, 각자 일은 각자 걱정해야죠.

    정답: ③ Anh em lớn cả rồi, việc của người nào thì người ấy phải tự lo. 형제들이 이미 어른이 되었으니, 그들의 일은 그들이 스스로 걱정해야 해요.

듣기 스크립트

1&2 Ba người bạn trẻ bàn nhau xem nên đi du lịch ở đâu.

Hà   Sắp nghỉ Tết rồi, các bạn có định đi đâu không? Này Nam, chúng ta nên đi đâu?

Nam: Tôi đâu có biết. Để tôi nghĩ đã.

Hà   Theo tôi đi Đà Lạt là tốt nhất. Khí hậu Đà Lạt mùa này mát mẻ, chứ ở mấy chỗ khác nóng lắm.

Lan   Chúng ta đã đi năm lần là ít. Lần này đi Nha Trang đi. Nha Trang có biển đẹp, khí hậu trong lành nữa. Tôi sẽ thuê xe cho. Các bạn thấy thế nào?

Nam: Đối với tôi, chỗ nào cũng được.

Hà   Đà Lạt đẹp như vậy mà các anh không chịu đi. Hay là chúng ta đi Phan Thiết đi!

Lan   Ở Phan Thiết có gì hay đâu mà đi?

Hà   Có chứ. Ở Mũi Né có đồi cát rất đẹp.

Lan	Nhưng đi Mũi Né làm gì. Ở đó làm sao mặc quần áo đẹp được. Nếu đi Nha Trang thì ban ngay đi phố mặc quần tây, áo sơ mi. Còn đi dạo ban đêm thì có thể mặc đầm dài thêm một cái áo khoác nhẹ. Nếu thích thì...
Hà	Thôi, thôi. Lan lúc nào cũng nghĩ đến mỗi chuyện thời trang thôi. Chẳng lẽ ngoài chuyện đó ra, Lan chẳng có chuyện gì khác hay sao?
Lan	Phụ nữ tất nhiên là phải quan tâm đến chuyện thời trang nhiều hơn đàn ông. Còn anh, con trai gì mà hay thắc mắc quá vậy?
Nam:	Ủa, chúng ta bàn chuyện đi du lịch mà. Sao các bạn lại chuyển sang chuyện quần áo, thời trang vậy?
Hà	Thôi, khỏi bàn nữa. Bây giờ chúng ta quyết định luôn đi.

3&4 Hai vợ chồng bàn chuyện xây một căn nhà mới.

Chồng	Em ngồi xuống đây đi. Anh có chuyện muốn bàn với em.
Vợ	Chà, hôm nay co chuyện gì mà trông anh có vẻ nghiêm trọng quá vậy?
Chồng	Anh định bàn với em là mình rút hết tiền tiết kiệm ở ngân hàng ra xây một căn nhà mới, 2 tầng. Nhà mình có tất cả những 6 người, các con lớn hết rồi, thành thử cái nhà này trở nên chật chội quá.
Vợ	Vâng. Em cũng nghĩ đến chuyện ấy. Nhưng mình chưa đủ tiền, anh à.
Chồng	Đợi cho đủ tiền thì biết đến bao giờ. Em xem, mình hiện có tất cả bao nhiêu tiền?
Vợ	Để em xem lại đã. Tất cả tiền tiết kiệm có 90 triệu đồng thôi, anh à.
Chồng	Tiền xây dựng một ngôi nhà 2 tầng cũng khoảng 150 triệu đồng là ít. Vậy lấy đâu ra 60 triệu nữa bây giờ?
Vợ	Hay là anh thử hỏi vay anh Hai xem. Anh ấy giàu lắm mà.
Chồng	Mình đã vay anh Hai 30 triệu rồi còn gì. Anh em lớn cả rồi, phận ai lấy lo, làm sao vay mượn mãi được?
Vợ	Hay là lần này để em hỏi vay thử anh Tư em cho. Nhà cửa đàng hoàng, có phòng riêng các con mới học hành tốt được. Chà, nhà rộng, không biết ai sẽ dọn dẹp đây?
Chồng	Nhà chưa xây mà đã lo không có người dọ dẹp. Lo gì mà quá xa vậy, em!

5

1. khi ăn cơm có nhiều người nói chuyện với nhau	식사 시간에 많은 사람과 대화하는 것	V
2. anh em có thể mặc quần áo của nhau	서로 형제의 옷을 입는 것	V
3. anh em có thể vay tiền của nhau	서로 형제에게서 돈을 빌리는 것	V
4. không có phòng riêng cho mỗi người	각자의 방이 없는 것	X

6 모범답안

– đặt phòng ở khách sạn	호텔 예약	 2
– đăng ký vé	티켓 예매	 1
– gọi điện cho người thân ra đón ở ga/sân bay	역/공항으로 마중나올 사람에게 전화	 4
– sắp xếp hành lý	짐 꾸리기	 3
– gửi xe máy đang dùng cho một người bạn	친구에게 사용할 오토바이 보내기	 5

7

1. Tiệm giày ở kế bên chợ. 신발가게는 시장 옆에 있어요.
   정답: ② bên cạnh 옆에

2. Anh chịu thì tôi lấy. 형이 받아들인다면 제가 가져갈게요.

정답: ③ đồng ý 동의하다

3. Gần Tết thành thử cái gì cũng lên giá. 설이 다가오니 무엇이든 가격이 올랐어요.

정답: ① cho nên 그래서

4. Nghe nói ngôi nhà này được ông nội tôi cất từ năm 1936. 듣자하니 이 집은 친할아버지가 1936년에 지었어요.

정답: ① xây 건설하다, 짓다

5. Chúng tôi không có ý định dọn nhà đi nơi khác. 우리는 다른 곳으로 이사갈 계획이 없어요.

정답: ① chuyển 옮기다

8 모범 답안

1. sửa chữa 수리하다, 고치다

2. nhà người nào người ấy ở 각자 그 사람의 집에서

3. không được tiện lợi lắm 그다지 편리하지 않다

4. nhiều / lắm 많은 / 정말

5. có lẽ 아마도

6. nhàn rỗi 여가

7. ít nhất là một, hai triệu 최소한 100~200만동

9 모범 답안

áo dài 아오자이

áo thun 티셔츠

váy ngắn 미니스커트

áo khoác 자켓

áo sơ mi 셔츠

10 모범 답안

1. Kiểu áo này chỉ dành cho thanh niên thành thử không hợp với người lớn tuổi.
이 스타일의 옷은 젊은이들을 위한 것이라서 나이가 많은 사람에게는 어울리지 않아요.

2. Gần đây tôi không tập thể dục thành thử người không được khỏe.
최근에 운동을 하지 않아서 건강하지 않아요.

3. Muốn giảm cân, tất nhiên là phải ăn kiêng và tập thể dục nhiều.
체중을 감량하려면, 당연히 식단관리를 하고 운동을 많이 해야 해요.

4. Anh ấy là con một thành thử (anh ấy) muốn gì được nấy./ được ba mẹ cưng chiều.
그는 외동이라서 (그는) 무엇이든 가지려 해요. / 부모님이 오냐오냐 해요.

5. Sống chung với người già, tất nhiên là bọn trẻ sẽ không thấy thoải mái./ thành thử làm gì cũng phải thận trọng, chú ý.
노인과 함께 사는 것은 당연히 젊은이들이 자유롭지 못해요. / 무슨 일이든 신중하고 주의해야 해요.

6. Khí hậu Đà Lạt mùa này rất mát mẻ thành thử có nhiều người muốn đến đó để nghỉ mát.
이 계절 달랏의 기후는 매우 시원해서 많은 사람들이 휴가를 와요.

7. Muốn đi du lịch xa thành thử chúng tôi phải làm một kế hoạch thật tỉ mỉ, chi tiết.
멀리 여행을 가고 싶다면 우리는 세심하고 상세하게 계획을 짜야 해요.

8. Lần đầu tiên cô ấy sống xa gia đình thành thử thấy rất nhớ nhà.
그녀가 가족과 멀리 떨어져 사는 것은 처음이라 집을 매우 그리워해요.

11 모범 답안

1. Đối với tôi, không gì quan trọng hơn gia đình mình.
저에게 있어서, 저의 가족보다 더 중요한 것은 없어요.

2. Đối với tôi, nghỉ ngơi cũng quan trọng như làm việc vì không thể làm tốt mọi việc mà không có nghỉ ngơi.
저에게 있어서, 쉬지 않으면 모든 일을 잘 할 수 없기 때문에 휴식은 일하는 것만큼 중요해요.

3. Đối với tôi, quần áo để mặc khi đi chơi không nhất thiết phải mắc tiền mà cần phù hợp với mục đích của chuyến đi.
저에게 있어서, 놀러갈 때 입는 옷은 꼭 비쌀 필요가 없고 여행의 목적과 잘 맞아야 해요.

4. Đối với tôi, nhà ở không chỉ là nơi tránh mưa nắng mà còn là nơi để thư giãn, nghỉ ngơi và vui vầy với gia đình.
저에게 있어서, 집은 비바람을 피하는 장소일 뿐만 아니라 긴장을 풀고, 휴식하며 가족과 즐거운 시간을 보내는 곳이에요.

5. Đối với tôi, đi du lịch một mình rất thú vị nhưng cũng có lúc cảm thấy cô đơn.
저에게 있어서, 혼자 여행가는 것은 정말 즐겁지만 외로울 때도 있어요.

6. Đối với tôi, việc vào mạng Internet cũng cần thiết như việc ăn uống và nghỉ ngơi.
저에게 있어서, 인터넷을 이용하는 일은 먹고 쉬는 것만큼 필수적이에요.

7. Đối với tôi, quen với một người bạn mới là được khám phá thêm một thế giới.
저에게 있어서, 새로운 친구 한 명을 사귀는 것은 한 세계를 탐험할 수 있는 것이에요.

8. Đối với tôi, việc không có phòng riêng là một điều khó chịu và bất tiện.
저에게 있어서, 개인 방이 없는 것은 불편하고 신경쓰이는 일이에요.

9. Đối với tôi, việc mua được một bộ quần áo vừa ý là một niềm hạnh phúc nhỏ trong cuộc sống hàng ngày.
저에게 있어서, 마음에 드는 옷 한 벌을 사는 것은 일상 속의 작은 행복이에요.

10. Đối với tôi, thời trang là một phần không thể thiếu để thể hiện tính cách của tôi.
저에게 있어서, 패션은 저의 성격을 표현하는 데 빠질 수 없는 한 부분이에요.

12

1.

① Mua nhà là chuyện quan trọng, thành thử hai vợ chồng mình cùng quyết định thì tốt hơn.
집을 사는 일은 중요한 일이라서, 부부 둘이 함께 결정하면 더 좋아요.

② Tôi là bạn thân của anh, chẳng lẽ anh không tin tôi sao?
저는 당신의 가장 친한 친구인데 설마 저를 믿지 않는 건가요?

③ Chúng tôi mới đi Vũng Tàu tuần trước chẳng lẽ tuần này lại đi nữa?
우리는 지난 주에 막 붕따우에 다녀왔는데 설마 이번 주에 또 다시 가는 건가요?

2.

① Ở nhà thuê làm gì, đến nhà tôi ở cho vui.
집을 뭐하러 빌려요, 우리집에 와서 편하게 있어요.

② Giới thiệu cho anh ấy bao nhiêu bạn gái rồi còn gì. Vậy mà anh ấy có chịu ai đâu.
그를 위해 몇 명의 여자친구를 소개시켜 줬는 걸요. 그러나 그는 누구도 감당하지 못 했어요.

③ Cô ấy không chịu. Vì vậy chị đi thuê áo cưới làm gì.
그녀가 거절했어요. 그렇기 때문에 웨딩드레스를 빌리러 가서 뭐하겠어요.

3.

① Ai mà biết là nó có bỏ nhà đi luôn hay không.
그 애가 집을 떠나버렸는지 아닌지 누가 알겠어요.

② Con gái chị ngoan như vậy, chứ con gái tôi thì hư lắm.
언니 딸은 이렇게 착한데, 제 딸은 문제가 많아요.

③ Mua luôn ba cái đi, đang giảm giá mà.
세 개 다 사버리세요, 지금 할인 중이잖아요.

13 모범답안

1. Hay là mình chịu khó đi xa một chút nhưng có được sự yên tĩnh mình muốn.
아니면 조금 더 멀리 가는 것을 감안하고 제가 원하는 조용함을 찾는 거예요.

2. Hay là mình đi Nha Trang bằng máy bay đi, nghe nói hãng hàng không đang giảm giá đó.
   아니면 우리 비행기를 타고 냐짱으로 가요, 지금 항공사가 할인 중이라고 들었어요.

3. Hay là mình đặt may đi, có thể phải chịu giá mắc hơn một chút.
   아니면 조금 더 비싼 것을 감안하고, 맞춤으로 예약하세요.

4. Hay là mình tiết kiệm các khoản chi phí một chút để khỏi phải cho thuê phòng.
   아니면 방값을 내기 위해 지출을 조금 아껴 저축하세요.

5. Hay là đề nghị công ty tổ chức cho chúng ta đi nghỉ ở Đà Lạt đi.
   아니면 회사에 달랏으로 여행가자고 제안해 보세요.

6. Hay là mình cố ở thêm một năm nữa rồi năm sau xây nhà mới luôn.
   아니면 일년 더 지내다가 새 집을 지어요.

7. Hay là mình ngăn đôi phòng này ra, có chật một chút cũng không sao.
   아니면 이 방을 둘로 나눠요. 조금 좁아도 괜찮아요.

8. Hay là mình tìm mua một căn nhà mới rộng rãi hơn một chút đi.
   아니면 우리 조금 더 넓은 새 집을 찾아요.

9. Hay là mình thuê xe 7 chỗ thôi.
   아니면 우리 7인승을 빌려요.

10. Hay là chúng ta đến quán cà phê uống cà phê đợi cô ấy đi.
    아니면 우리 커피숍에 가서 그녀를 기다려요.

🔢14 모범 답안

Ngày nay, đa số các cặp vợ chồng trẻ muốn sống độc lập, thành thử họ tìm kiếm một căn hộ riêng tư. Tuy nhiên, giá thuê một căn hộ bây giờ ngày càng cào. Đối với họ, điều này không chỉ là một thách thức về tái chính mà là cơ hội để chứng minh khả năng tự lập. Họ cần phải kiếm nguồn thu nhập và quản lý cuộc sống của tự mình. Đây cũng là một bước quan trọng trong việc lập gia đình trước khi họ trở thành cha mẹ trong tương lai.

오늘날, 다수의 젊은 부부들은 따로 사기를 원해서, 그들은 개인적인 아파트를 찾고 싶어해요. 그러나 요즘 아파트의 월세는 날이 갈수록 높아지고 있어요. 그들에게 있어서 이는 재정적인 어려움뿐만 아니라 그들이 자립할 수 있는지 가능성을 증명하는 기회이기도 해요. 그들은 돈을 벌고 자신들의 삶을 스스로 관리할 필요가 있어요. 이는 미래에 부모가 되기 전 가정을 설립하는 데 중요한 단계이기도 해요.

🗣️ 독해

베트남의 아오자이

베트남 여성의 전통 의상에 대해 말할 때, 사람들은 바로 우아하고 다채로운 아이자이를 떠올려요. 아오자이는 말로는 표현할 수 없을만큼 신비하고 섹시하며, 전통적이자 현대적인 특징을 가지고 있어서 매우 특별한 매력이 있어요.

20세기 30년대 초의 전통적인 아이자이부터 레 포 화가는 더욱 슬림하고 우아한 라인을 새롭게 디자인했어요. 그때부터 지금까지, 베트남의 패션 디자이너들은 연구를 멈추지 않았어요. 아오자이의 새로운 매력을 창조해 내었어요.

현재, 새로운 패션과 디자인들, 해외 스타일을 모방한 매력적인 옷들 이외에도, 베트남의 디자이너들은 여전히 아오자이에 매우 특별한 관심을 쏟고 있어요. 아오자이 패션쇼, 아오자이 미인 대회들은 언제나 많은 사람들, 많은 세대의 관심을 끌고 있어요.

1. ③ Đặc điểm của áo dài Việt Nam.
   베트남 아오자이의 특징

2. ③ Những cải tiến nhằm làm cho chiếc áo dài duyên dáng hơn.
   더욱 매력적으로 개선된 아오자이들

3. ① Dù có nhiều thay đổi, áo dài Việt Nam vẫn có chỗ đứng riêng của mình.
   많은 변화가 있었음에도 불구하고, 여전히 특별함을 지닌 베트남 아오자이

MEMO